AF746153

Watchman Nee trên NGỒI , ĐI VÀ ĐỨNG TRONG MỐI QUAN HỆ CỦA CHÚNG TÔI VỚI THẾ GIỚI THIÊN CHÚA VÀ QUỶ - Phiên bản thứ năm:

Nổi bật - Lịch sử thế giới với Nhật Bản và Trung Quốc trong các cuộc chiến – AD 663 đến 1972 Phiên bản thứ năm

Qua

Watchman Nee và Đại sứ Monday O. Ogbe

Mục lục

Thông tin về Tác giả – Watchman Nee: Ngồi, Đi và Đứng

Công Việc Cứu Rỗi Năng Động Của Đức Chúa Trời

Bắt đầu từ thế kỷ 16, các nhà truyền giáo Tin lành đã đến Trung Quốc để rao giảng phúc âm, nhưng vào những năm đầu của thế kỷ 20, sau nhiều năm trung thành lao động và cầu nguyện, chuyển động của Chúa ở Trung Quốc bắt đầu tiến triển mạnh mẽ sau cuộc tử đạo của nhiều Cơ đốc nhân ở Trung Quốc. Cuộc nổi dậy của võ sĩ. Vào những năm 1920, nhiều tín đồ được Chúa dấy lên trong số các học sinh trung học và đại học trên khắp Trung Quốc, đã trở thành công cụ truyền bá phúc âm. Trong số những học viên này, Nee Shu-tsu (Watchman Nee) đã được Chúa kêu gọi và trang bị cho công tác của Ngài.

Nee Shu-tsu, tên tiếng Anh là Henry Nee, sinh ra trong một gia đình theo đạo Thiên chúa thế hệ thứ hai tại Phúc Châu, Trung Quốc vào năm 1903. Ông nội của anh học tại American Congregational College ở Foochow và trở thành mục sư người Hoa đầu tiên trong số những người theo giáo đoàn ở miền bắc Phúc Kiến. tỉnh. Nee Shu-tsu đã được thánh hiến cho Chúa trước khi sinh ra. Mong muốn có một đứa con trai, mẹ anh đã cầu nguyện với Chúa rằng: "Nếu tôi có con trai, tôi sẽ dâng nó cho Ngài". Chúa đã đáp lại lời cầu nguyện của cô bằng việc sinh ra một đứa con trai. Cha của anh sau đó đã gây ấn tượng với anh về điểm này và nói: "Trước khi con được sinh ra, mẹ con đã hứa sẽ dâng con cho Chúa".

"Từ buổi tối tôi được cứu, tôi bắt đầu sống một đời sống mới, vì sự sống của Đức Chúa Trời đời đời đã vào trong tôi". Nee Shu-tsu đặc biệt thông minh. Từ khi vào tiểu học cho đến khi tốt nghiệp trường Cao đẳng Anh giáo Trinity ở Phúc Châu, anh luôn đứng đầu lớp cũng như trong trường. Với nhiều ước mơ và kế hoạch lớn lao cho tương lai, anh ấy lẽ ra đã có thể thành công rực rỡ trên thế giới. Năm 1920 ở tuổi mười bảy và sau một thời gian đấu tranh đáng kể, Nee Shu-tsu đã được cứu sống khi còn học trung học. Vào thời điểm được cứu rỗi, những kế hoạch cho tương lai của anh ấy hoàn toàn bị hủy bỏ. Ông làm chứng: "Từ buổi tối tôi được cứu, tôi bắt đầu sống một đời sống mới, vì sự sống của Đức Chúa Trời đời đời đã vào trong tôi". Sau này, khi được Chúa kêu gọi thực hiện sứ mệnh của Ngài, anh lấy tên tiếng Anh là *Watchman* và tên tiếng Trung là *To-sheng,* có nghĩa là "tiếng lạch cạch của người canh gác", vì anh tự coi mình là người canh gác được dấy lên. để phát ra lời cảnh báo trong đêm tối.

Trang bị và đào tạo

Watchman Nee không theo học các trường thần học hay học viện Kinh Thánh. Kiến thức phong phú của ông về mục đích của Đức Chúa Trời, Đấng Christ, Thánh Linh và hội thánh có được nhờ nghiên cứu Kinh Thánh, đọc các sách thuộc linh và theo đuổi những vấn đề thuộc linh. Watchman Nee nhận được khải thị qua việc siêng năng nghiên cứu Lời Chúa. Nhiều phương pháp thực hành của ông được đưa vào cuốn sách *Làm thế nào để nghiên cứu Kinh Thánh* . Ông cũng đọc sách thuộc linh của nhiều tôi tớ Chúa trong suốt lịch sử hội thánh. Trong những ngày đầu làm chức vụ, ông dành

một phần ba thu nhập của mình cho nhu cầu cá nhân, một phần ba để giúp đỡ người khác và phần ba còn lại cho sách tâm linh. Ông có được một bộ sưu tập hơn ba nghìn cuốn sách Cơ Đốc hay nhất, bao gồm gần như tất cả các tác phẩm Cơ Đốc cổ điển từ thế kỷ thứ nhất trở đi. Anh ấy có một khả năng phi thường trong việc lựa chọn, hiểu, phân biệt và ghi nhớ những tài liệu liên quan, đồng thời anh ấy có thể nhanh chóng nắm bắt và ghi nhớ những điểm chính của một cuốn sách. Vì vậy, anh đã có thể thu thập từ những cuốn sách này những lẽ thật quan trọng trong Kinh thánh và các nguyên tắc tâm linh mà Chúa đã cho biết trong suốt lịch sử hội thánh và cũng để kết hợp chúng vào đời sống Cơ-đốc nhân và kinh nghiệm sống trong hội thánh của mình. Watchman Nee đã nhận được nhiều sự soi sáng và giúp đỡ từ các tác giả Cơ Đốc sau đây liên quan đến các điểm
của sự thật:

Nguồn giác ngộ cụ thể

1. Sự Đảm Bảo Của Sự Cứu Rỗi George Cut, một nhà văn của Hội Anh Em
2. Cuộc đời thiêng liêng Cuộc hành hương của John Bunyan, Madame Guyon, Hudson Taylor
3. Christ JG Bellett, Charles G. Trumbull, AB Simpson, T. Austin Sparks
4. Thánh Linh Thánh Linh của Đấng Christ của Andrew Murray
5. Bản chất ba bên của con người Jessie Penn-Lewis, Mary E. McDonough
6. Đức tin George Müller
7. Ở trong Chúa Kitô Andrew Murray, Hudson Taylor
8. Khía cạnh chủ quan về cái chết của Đấng Christ Jessie Penn-Lewis

9. Sự Phục Sinh của Đấng Christ và Thân Thể Ngài T. Austin Sparks và những người khác
10. Kế hoạch cứu chuộc của Thiên Chúa Mary E. McDonough
11. Giáo Hội John Nelson Darby và các Thầy Huynh Huynh khác
12. Lời tiên tri Robert Govett, DM Panton, GH Pember
13. Lịch sử Giáo hội John Foxe, EH Broadbent
14. Giải thích Kinh Thánh và những lẽ thật khác John Nelson Darby và Hội Anh Em

Thời kỳ đầu trong đời sống Cơ-đốc của mình, anh cũng nhận được nhiều sự gây dựng và hoàn thiện về mặt thiêng liêng từ Margaret E. Barber, một nhà truyền giáo Anh giáo ở Trung Quốc. Chủ yếu qua mối thông công với cô, Watchman Nee nhận biết rằng trở thành một Cơ-đốc nhân hoàn toàn là vấn đề nhận biết và trải nghiệm sự sống thần thượng của Đức Chúa Trời trong Đấng Christ. Qua sự chăn dắt của cô, anh đã học được cách chú ý nhiều hơn đến hoạt động của sự sống thần thượng bên trong mình hơn là chỉ chú ý đến công việc bên ngoài (Phi-líp 2:13).

Sự mặc khải và cuộc sống

Watchman Nee nhận được nhiều khải thị từ Lời; ông đã thực sự nhìn thấy nội dung mặc khải thiêng liêng. Cốt lõi của sự khải thị mà anh nhận được liên quan đến việc sống một cuộc sống bị đóng đinh và một cuộc sống phục sinh cho nếp sống Hội thánh. Kinh nghiệm của các tín đồ về sự chết và sự phục sinh của Đấng Christ là nền tảng và tiêu chuẩn của một đời sống Cơ-đốc bình thường, và vấn đề sống một đời sống Cơ-đốc bình thường là Hội thánh với tư cách là Thân thể Đấng Christ, có cả biểu hiện phổ quát và địa phương. Watchman Nee nhận ra rằng chúng ta, với tư cách là tín đồ, đã bị đóng đinh với Đấng Christ và kinh nghiệm Cơ Đốc bình thường bao gồm việc Đấng Christ sống trong chúng ta qua kinh nghiệm vác thập tự giá trong những hoàn cảnh thực tế của con người (Ga-la-ti 2:20). Nhiều kinh nghiệm giúp Watchman Nee nhận ra lẽ thật này được trình bày trong cuốn sách *Sự phá vỡ con người bên ngoài và giải phóng Thánh Linh của ông* .

Ngay từ đầu chức vụ của Watchman Nee, Chúa đã sắp xếp những hoàn cảnh của anh như những cơ hội để anh chối bỏ sự sống hồn và sự sống thiên nhiên của mình để kinh nghiệm sự sống phục sinh của Đấng Christ. Watchman Nee thấy rằng chúng ta, với tư cách là tín đồ, không chỉ cùng chết với Đấng Christ mà còn cùng sống lại với Ngài (Rô-ma 6:4-5, 8). Qua kinh nghiệm về sự sống phục sinh của Đấng Christ nội cư, Watchman Nee có thể vác thập tự giá và dự phần vào sự chịu khổ của Ngài, đồng hóa với sự chết của Ngài (Phi-líp 3:10). Trong sự sống phục sinh của Đấng Christ, ông được ban quyền từ bỏ thế gian, từ bỏ tương lai và chối bỏ chính mình để được giải thoát khỏi tội lỗi và chiến thắng Sa-tan. Trong sự sống phục sinh của Đấng Christ, ông cũng phục vụ Chúa, làm việc cho Ngài và thực hiện sự ủy thác của Ngài. Những người cùng thời với Watchman Nee làm chứng rằng anh luôn từ chối sức mạnh thiên nhiên của mình trong sự hầu việc Chúa. Ông sợ sự sống thiên nhiên của mình xen vào công tác của Chúa. Trong việc truyền đạt thông điệp, liên lạc với mọi người, viết bài, trao đổi với các tín đồ, và ngay cả khi quan tâm đến những vấn đề nhỏ nhặt, ông đã cố gắng sống theo sự sống phục sinh của Đấng Christ. Với lối sống như thể chất của mình, anh ta đã có thể vượt qua cảnh tù đày kéo dài và cuối cùng là tử đạo.

Watchman Nee cũng thấy rằng hội thánh với tư cách là Thân thể Đấng Christ chỉ là sự mở rộng, bành trướng và biểu hiện của Đấng Christ phục sinh. Tầm nhìn của ông về hội thánh là Thân Thể Đấng Christ trong sự phục sinh đã tiến xa hơn rất nhiều. Chức vụ của ông liên quan đến Đấng Christ bị đóng đinh và phục sinh là sự quản lý ân điển nhằm cung ứng Đấng Christ phục sinh vào trong các tín đồ để xây dựng Thân thể Ngài. Ông nhìn thấy cả khía cạnh phổ quát của Thân thể, được trình bày chi tiết trong sách *Hội thánh vinh hiển* , lẫn sự biểu hiện địa phương của Thân thể, được trình bày trong các sách *Đời sống Hội thánh* , *Đời sống Hội thánh Cơ-đốc bình thường* , và *Những bài nói sâu hơn về Hội thánh. Mạng sống* .

The
ASSEMBLY
LIFE
WATCHMAN NEE

NORMAL
CHRISTIAN
CHURCH LIFE
WATCHMAN NEE

Gánh nặng và hoa hồng

Sự khải thị thần thượng mà Watchman Nee nhìn thấy dẫn đến gánh nặng và sứ mạng gấp đôi từ Chúa: Thứ nhất, làm chứng cho Chúa Jesus và thứ hai, thành lập các hội thánh địa phương. Gánh nặng và sứ mạng đầu tiên nảy sinh từ sự hiểu biết và kinh nghiệm sâu sắc của cá nhân ông về sự chết và sự phục sinh bao-hàm-tất-cả của Đấng Christ. Chúa đặc biệt trao gánh nặng và ủy thác cho ông làm chứng cho lẽ thật này. Ông đã trung thành đáp lại gánh nặng này bằng cách đưa ra nhiều thông điệp nói và viết về khía cạnh chủ quan của sự đóng đinh và sự phục sinh của Chúa, về các nguyên tắc của sự sống thần thượng, về quyền tối cao của Đấng Christ và về mục đích đời đời của Đức Chúa Trời. Những thông điệp này có trong các cuốn sách như Cuộc *sống vượt qua , Những người vượt qua của Chúa , Người thuộc linh* và *Kế hoạch vĩnh cửu của Chúa .*

GOD'S
OVERCOMERS
WATCHMAN NEE

The
SPIRITUAL
MAN
WATCHMAN NEE

Tuy nhiên, sứ mệnh cuối cùng của Watchman Nee không chỉ là nâng cao kinh nghiệm của cá nhân tín đồ về Đấng Christ mà còn là xây dựng sự biểu hiện tập thể thực tế về Đấng Christ trong các hội thánh địa phương, theo khuôn mẫu do Đức Chúa Trời ấn định được bày tỏ trong Tân Ước (Công vụ 11:22; Rô-ma 16:1; 1 Cô-rinh-tô 1:2; Khải huyền 2:1, 8, 12, 18; Đây là sứ mệnh cao nhất mà ông nhận được từ Chúa dựa trên những gì ông đã thấy và kinh nghiệm về Ngài. Lời khai cá nhân của ông được ghi lại vào ngày 20 tháng 10 năm 1936 mô tả ủy ban này:

Điều Chúa mặc khải cho tôi cực kỳ rõ ràng: Chẳng bao lâu nữa Ngài sẽ thành lập các hội thánh địa phương ở nhiều vùng khác nhau ở Trung Quốc. Bất cứ khi nào tôi nhắm mắt lại, hình ảnh về sự ra đời của các giáo hội địa phương lại hiện ra...

Khi Chúa kêu gọi tôi phục vụ Ngài, mục tiêu chính không phải là tôi tổ chức các buổi nhóm phục hưng để người ta có thể nghe nhiều giáo lý Kinh Thánh hơn, cũng không phải là tôi trở thành một nhà truyền giáo vĩ đại. Chúa bày tỏ cho tôi rằng Ngài muốn xây dựng các hội thánh địa phương tại các địa phương khác để bày tỏ chính Ngài, làm chứng về sự hiệp nhất trên cơ sở địa phương để mỗi thánh đồ có thể thực hiện bổn phận của mình trong hội thánh và sống nếp sống hội thánh. Đức Chúa Trời không chỉ muốn cá nhân theo đuổi chiến thắng hay thuộc linh mà còn muốn một hội thánh vinh hiển, tập thể được dâng lên cho chính Ngài.

Đau khổ

Watchman Nee đã nhìn thấy một khải tượng không thể phủ nhận và nhận được sự ủy thác rõ ràng từ Chúa liên quan đến hội thánh, và anh đã chịu đau khổ rất nhiều vì sự trung tín của mình, bao gồm cả sự khước từ, chống đối và lên án. Tuy nhiên, ông sẵn sàng trả giá để theo Chúa, thậm chí đến mức phải trả giá bằng mạng sống mình. Sự mặc khải sâu sắc của ông kết hợp với những đau khổ của ông đã tạo nên một chức vụ sống phong phú.

Watchman Nee chịu đựng nhiều đau khổ vì chức vụ Tân Ước. Vì sự tuyệt đối theo Chúa và sự trung tín trong việc thực hiện sự ủy thác của Chúa, anh thường xuyên phải chịu sự ngược đãi cũng như những khó khăn suốt đời. Khi chiến đấu vì sự chuyển động của Chúa, ông liên tục bị kẻ thù của Đức Chúa Trời là Sa-tan tấn công. Đồng thời, ông cũng ở dưới bàn tay tể trị của Đức Chúa Trời. Anh ta nhận ra sự sắp đặt tối cao của Đức Chúa Trời trong môi trường của anh ta không chỉ đơn thuần là một "cái gai đâm vào xác thịt" được Đức Chúa Trời phân bổ mà quan trọng hơn là một phương tiện mà Đức Chúa Trời có thể xử lý anh ta. Do những cuộc tấn công của Sa-tan và những cách xử lý môi trường thành tín của Đức Chúa Trời, Watchman Nee đã sống một cuộc đời đau khổ. Phần lớn những đau khổ của ông đến từ năm nguồn: nghèo đói, bệnh tật, sự chống đối giáo phái, những anh chị em bất đồng quan điểm trong các hội thánh địa phương và tù đày.

Trong những năm đầu trong chức vụ của Watchman Nee, tình hình kinh tế ở Trung Quốc rất tuyệt vọng. Tuy nhiên, ông sống trong sạch và đơn độc bởi đức tin nơi Đức Chúa Trời, không chỉ vì cuộc sống của mình mà còn vì mọi khía cạnh công tác của Chúa. Vì vậy, anh kiên quyết từ chối nhận việc từ bất kỳ cá nhân hoặc tổ chức nào. Trong những ngày đầu rao giảng ở Thượng Hải, có những lúc anh chỉ có một ít bánh mì để ăn trong ngày.

Watchman Nee cũng thường xuyên bị bệnh nặng. Trong 11 năm đầu tiên làm chức vụ, bắt đầu từ năm 1922, ông phải chịu đựng một mình, không có vợ hỗ trợ. Trong thời gian này, ông mắc bệnh lao và mắc bệnh lao trong nhiều năm. Tuy nhiên, vào năm 1934 ở tuổi ba mươi, Watchman Nee kết hôn với Charity Chang, một "người giúp đỡ" thực sự. Trong những năm sau đó, ông cũng mắc chứng rối loạn dạ dày mãn tính cũng như chứng đau thắt ngực, một căn bệnh tim nghiêm trọng. Anh ta không bao giờ được chữa khỏi bệnh tim; do đó, chức vụ của ông được duy trì bởi sự sống phục sinh chứ không phải bởi sức mạnh thể chất.

Lập trường vững chắc của ông ủng hộ sự hiệp nhất của Thân thể Đấng Christ là một bằng chứng chống lại sự chia rẽ do các hoạt động giáo phái tạo ra. Vì vậy, ông thường xuyên bị chỉ trích và phản đối. Ông là chủ đề thường xuyên của những tin đồn thất thiệt, và những sự xuyên tạc về chức vụ của ông mạnh đến mức có lần ông đáp lại chúng rằng: "Tôi cũng sẽ lên án Người canh gác Nee do họ miêu tả".

Một số anh chị em nhóm họp với các hội thánh địa phương đã trở thành một nguồn đau khổ khác cho Watchman Nee qua sự bất đồng quan điểm, sự non nớt và tham vọng của họ. Hai năm sau khi nếp sống Hội thánh bắt đầu được thực hành tại quê hương của Watchman Nee vào năm 1922, anh thậm chí còn bị một số đồng công tạm thời "rút phép thông công" vì phản đối việc một giáo sĩ giáo phái phong chức cho một số đồng công lãnh đạo. Mặc dù hầu hết các tín đồ nhóm họp với họ đều đứng về phía Watchman Nee nhưng Chúa không cho phép anh làm bất cứ điều gì để biện minh cho mình. Đó là một nỗi đau khổ sâu sắc đối với con người thiên nhiên của anh ấy.

Sau khi Trung Quốc chiếm đóng, Watchman Nee bị bắt vào tháng 3 năm 1952 vì phúc âm. Ông bị kết án oan, xét xử sai và bị kết án mười lăm năm tù vào năm 1956. Ông chết trong tù ngày 30 tháng 5 năm 1972.

Watchman Nee là một người hay buồn phiền và đau khổ. Trong suốt lịch sử đi theo Chiên Con, ông đã chịu nhiều đau khổ. Tuy nhiên, qua những đau khổ này, ông đã học được nhiều bài học về việc tin cậy Chúa; những đau khổ của anh ấy cũng mang lại lợi ích cho anh ấy bằng cách xử lý xác thịt, bản ngã, tâm hồn và sự sống thiên nhiên của anh ấy. Do tuân theo những giao dịch này, ông đã làm được nhiều việc hơn là chỉ truyền đạt những lời dạy và giáo lý đơn thuần; những thông điệp của anh ấy chứa đựng thực tế mà anh ấy có được nhờ những đau khổ của mình. Kinh nghiệm mà ngài có được qua đau khổ đã giúp ích vô cùng cho tất cả những người dưới quyền ngài và cũng trở thành một di sản phong phú cho Thân Mình Chúa Kitô, một di sản có được bằng cách trả một giá, thậm chí là giá cao nhất.
Những nỗi đau khổ của Watchman Nee cũng giúp anh nhận được thêm khải thị từ Chúa qua Kinh Thánh. Watchman

Nee được Thánh Linh thanh lọc, xử lý, phá vỡ và cấu tạo bằng sự sống thần thượng qua những đau khổ của anh. Qua những kinh nghiệm như vậy về Đấng Christ trong những đau khổ của mình, ông, giống như Phao-lô, đã được chuẩn bị và sẵn sàng để tiếp nhận sự mặc khải của Chúa.

Phương tiện của Bộ

Chức vụ phong phú của Watchman Nee là kết quả của cả sự khải thị lẫn đau khổ. Ông thực hiện chức vụ này bằng cách rao giảng phúc âm, dạy Kinh Thánh, đi du lịch, tiếp xúc với mọi người, trao đổi thư từ với mọi người, tổ chức hội nghị, điều hành các khóa đào tạo và xuất bản các ấn phẩm. Watchman Nee không chỉ thường xuyên nói chuyện riêng tư lẫn công khai, mà anh còn là một nhà văn viết nhiều. Các ấn phẩm của ông bao gồm các tờ phúc âm, tạp chí định kỳ, báo, bản tin, sách, thánh ca và một biểu đồ về những lời tiên tri trong Kinh thánh. Các bài viết của ông được bao gồm trong một bộ gồm sáu mươi hai tập, có tựa đề *Tuyển tập các tác phẩm của Watchman Nee* , trải dài từ lần xuất bản đầu tiên vào năm 1922 cho đến bài phát biểu cuối cùng được ghi âm vào năm 1950.

Mối quan hệ với đồng nghiệp của anh ấy

Watchman Nee phục vụ Chúa cùng với những người khác, kể cả Nhân Chứng Lee, đồng nghiệp thân thiết của anh. Nhân chứng Lee được nuôi dưỡng như một tín đồ Báp-tít miền Nam và được cứu vào năm 1925 khi mới 19 tuổi. Trong quá trình tìm hiểu Kinh Thánh, Witness Lee đã coi các bài viết và ấn phẩm của Watchman Nee là chính xác nhất trong việc trình bày lẽ thật có trong Kinh Thánh. Khi bắt đầu trao đổi thư từ với Watchman Nee, anh ngạc nhiên khi biết rằng một người chỉ hơn anh hai tuổi lại là một Cơ-đốc nhân trưởng thành như vậy. Năm 1932, Witness Lee mời Watchman Nee đến Chefoo và hai người đã có cuộc tiếp xúc cá nhân đầu tiên. Trong thời gian họ ở bên nhau, Watchman Nee nhấn mạnh đến kinh nghiệm sự sống thần thượng thay vì chỉ hiểu biết Kinh Thánh, khiến mối thông công của Wit Lee với Chúa ngày càng sâu sắc và thân mật hơn. Cùng năm đó, các tín hữu bắt đầu nhóm họp tại nhà của Witness Lee, và đến năm sau thì buổi nhóm này diễn ra sôi nổi. Vì nhu cầu của hội thánh, cả hai người đều tin rằng Chúa mong muốn Nhân Chứng Lee hầu việc Ngài trọn thời gian, và khi Watchman Nee thúc giục anh phục vụ Chúa trọn thời gian, Nhân Chứng Lee coi lời nói của anh là sự xác nhận sự dẫn dắt của Chúa và bắt đầu phục vụ với Watchman Nee dưới sự hoàn thiện và thông công của anh ấy. Watchman Nee hoàn thiện và thử thách Nhân Chứng Lee, chuẩn bị cho anh đảm nhận nhiều trách nhiệm hơn. Nhận thức rằng công tác của Chúa ở Trung Quốc, bắt đầu ở Thượng Hải qua Watchman Nee, phải là một, Witness Lee đã từ bỏ công tác của mình ở miền bắc Trung Quốc và chuyển đến Thượng Hải vào năm 1934 để cộng tác chặt chẽ hơn với Watchman Nee. Họ lao nhọc, chịu đau khổ, truyền bá công tác, nhận được sự mặc khải và cùng nhau mang lại những cuộc phục hưng. Anh Lee biên tập ấn phẩm *The Christian của Watchman Nee* từ năm 1934 đến năm 1940, phục vụ tại Phòng Sách Phúc âm Thượng Hải do Watchman Nee thành lập và là phù rể của Watchman Nee trong đám cưới của anh.

Không biết chắc về số phận sự chuyển động của Chúa ở Trung Quốc sau sự sụp đổ của chính phủ dân tộc chủ nghĩa vào năm 1949, Watchman Nee đã phái Witness Lee và một số người khác đến Đài Loan vào năm 1949 để tiếp tục công tác ở đó. Lần tiếp xúc cuối cùng giữa Watchman Nee và Witness Lee là ở Hồng Kông vào tháng 3 năm 1950, 25 năm sau khi Witness Lee lần đầu tiên biết đến Watchman Nee. Lúc đó, hai người họ đã thông công rộng rãi về việc Watchman Nee trở lại đất liền. Anh nói với Nhân Chứng Lee: "Chúng ta phải làm gì với rất nhiều hội thánh ở đại lục? Tôi phải trở lại chăm sóc họ và sát cánh cùng họ để làm chứng cho Chúa".

Tử đạo

Watchman Nee được Chúa dẫn dắt ở lại Trung Quốc đại lục và hy sinh mạng sống mình cho công tác của Chúa ở đó. Về mặt này, ông giống như sứ đồ Phao-lô trong Công vụ 20:24, người đã nói:

"Tôi coi mạng sống vô ích của mình là quý giá đối với chính mình, để tôi có thể hoàn thành cuộc đua và chức vụ tôi đã nhận được từ Chúa Giê-su". Về quyết định của Watchman Nee, anh Hsu Jin-chin đã làm chứng như sau:
Trước khi anh Nee rời Hồng Kông, anh Lee đã nhiều lần khuyên anh đừng trở về đại lục. Nhưng anh Nee nói: ***"Nếu một người mẹ phát hiện ra nhà mình đang cháy và chính cô ấy đang giặt đồ ở ngoài nhà thì cô ấy sẽ làm gì? Dù nhận ra nguy hiểm nhưng cô sẽ không lao vào nhà sao? Dù biết việc trở về của mình đầy rẫy nguy hiểm nhưng tôi biết rằng bên trong vẫn còn rất nhiều anh chị em. Làm sao tôi có thể không trở về?"***

Watchman Nee bị bắt vào tháng 3 năm 1952 vì ông tuyên xưng đức tin nơi Đấng Christ cũng như vai trò lãnh đạo của ông giữa các hội thánh địa phương. Ông đã bị kết án, xét xử sai và bị kết án mười lăm năm tù vào năm 1956. Trong thời gian này, chỉ có vợ ông được phép vào thăm ông. Mặc dù chúng ta không có cách nào biết được những gì ông đã trải nghiệm về Chúa trong thời gian dài bị giam cầm, nhưng tám lá thư cuối cùng của ông cung cấp một cái nhìn thoáng qua về nỗi đau khổ, cảm xúc và sự mong đợi của ông trong thời gian bị giam giữ. Mặc dù những người kiểm duyệt nhà tù không cho phép ông nhắc đến tên Chúa trong các lá thư của mình, nhưng trong lá thư cuối cùng, viết vào ngày ông qua đời, ông đã ám chỉ đến niềm vui của mình trong Chúa: "Trong cơn bệnh tật, tâm hồn tôi vẫn vui vẻ. " Watchman Nee đang thực hành lời của sứ đồ Phao-lô, người đã nói trong Phi-líp 4:4: "Hãy vui mừng luôn trong Chúa". Ngài chết trong tù vào ngày 30 tháng 5 năm 1972. Nói theo con người, Ngài chết trong đau khổ và tủi nhục. Không một người bà con, anh chị em nào trong Chúa ở cùng ông. Không có thông báo chính xác về cái chết của ông và không có tang lễ. Ông được hỏa táng vào ngày 1 tháng 6 năm 1972. Vì vợ ông đã mất trước đó sáu tháng nên chị cả của bà được thông báo về cái chết và hỏa táng của ông. Cô đã lấy tro của anh và được chôn cùng với vợ anh ở quê hương Kwanchao, huyện Haining, tỉnh Chekiang. Vào tháng 5 năm 1989, tro cốt của Watchman Nee và vợ anh được chuyển đến và chôn cất tại "Nghĩa trang Cơ-đốc giáo" ở Thạch Sơn, thành phố Soochow, tỉnh Kiangsu.

Sau đây là câu chuyện từ cháu gái của Watchman Nee, người đã đi cùng chị gái của bà Nee đến trang trại lao động để nhặt tro của ông:

Vào tháng 6 năm 1972, chúng tôi nhận được thông báo từ trại lao động rằng ông tôi đã qua đời. Bà lớn nhất của tôi và tôi vội vã đến trang trại lao động. Nhưng khi đến nơi, chúng tôi được biết ông đã được hỏa táng. Chúng tôi chỉ có thể nhìn thấy tro cốt của anh ấy...Trước khi rời đi, anh

ấy để lại dưới gối một mảnh giấy, trong đó có mấy dòng chữ to được viết bằng bàn tay run rẩy. Anh ấy muốn làm chứng cho sự thật mà anh ấy đã có cho đến khi chết, bằng kinh nghiệm cả đời của mình. Lẽ thật đó là—"Đấng Christ là Con Đức Chúa Trời, Đấng đã chết để cứu chuộc tội nhân và sống lại sau ba ngày. Đây là sự thật lớn nhất trong vũ trụ. Tôi chết vì niềm tin vào Chúa Kitô. Người canh gác Nee." Khi người quản lý trại lao động cho chúng tôi xem tờ giấy này, tôi đã cầu nguyện xin Chúa cho tôi nhanh chóng ghi nhớ nó...

Ông nội tôi đã qua đời. Ông đã trung thành cho đến chết. Với vương miện dính máu, ông đã về với Chúa. Mặc dù Chúa không thực hiện được ước nguyện cuối cùng của ông là sống sót để đoàn tụ với vợ mình, nhưng Chúa đã chuẩn bị một điều còn tuyệt vời hơn nữa – họ đã được đoàn tụ trước mặt Chúa.

Trong thời gian Watchman Nee bị giam cầm, anh bị giam giữ, nhưng chức vụ của anh không bị ràng buộc (2 Ti-mô-thê 2:9). Dưới sự tể trị của Chúa, chức vụ của ông đã lan rộng khắp thế giới như một nguồn cung cấp sự sống phong phú cho tất cả những Cơ-đốc nhân đang tìm kiếm.

Gánh nặng cuối cùng của ông là lan rộng và xây dựng Hội thánh là nhà của Đức Chúa Trời, đền tạm của Đức Chúa Trời. Mặc dù đền tạm trên đất (thân thể vật chất) của chính ông đã bị phá bỏ, nhưng sự xây dựng của Đức Chúa Trời có được qua chức vụ của ông vẫn tồn tại và vẫn đang phát triển và lan rộng khắp trái đất. Vào lúc Watchman Nee bị bắt vào năm 1952, có khoảng bốn trăm hội thánh địa phương đã được thành lập ở Trung Quốc. Ngoài ra, hơn ba mươi hội thánh địa phương đã được thành lập ở Philippines, Singapore, Malaysia, Thái Lan và Indonesia. Ngày nay có hơn 2.300 hội thánh địa phương trên khắp thế giới nhờ chức vụ phong phú và trung tín của Watchman Nee.

Thông tin tác giả – Đại sứ Monday O. Ogbe

Đại sứ của Chúa Kitô, Thứ Hai Ogwuojo Ogbe là một đại sứ thị trường của Chúa Kitô với tấm lòng hiệp nhất trong thân thể của Chúa Kitô. Cuộc gặp gỡ trực tiếp của ông với Chúa Giêsu Kitô vào thứ bảy ngày 22 tháng 4 năm 2006 lúc 5 giờ sáng đã thay đổi quỹ đạo cuộc đời ông mãi mãi.

Với tư cách là một chuyên gia về CNTT, anh ấy sử dụng kỹ năng của mình để tiếp cận những người tìm kiếm trực tuyến và trang bị cho các tín đồ cho công việc mục vụ thông qua trang web mục vụ của anh ấy otakada.org – A Ministry at God's Eagle Ministries, một nhà thờ không có tường, biên giới và giáo phái ở nơi chúng tôi đang ở gieo mầm cho các quốc gia bằng lời Chúa và Chúa đang biến đổi Cuộc sống thông qua hơn 2 triệu nội dung tập trung vào Cơ đốc giáo, hiện được lưu trữ và phân phối cho khán giả trên toàn thế giới là cả những người tìm kiếm và Cơ đốc nhân.

Nội dung Otakada.org tiếp cận hơn nửa triệu khán giả trực tuyến hàng tháng và ngày càng tăng!
Đại sứ Thứ Hai là người chủ trì chương trình "Đủ để giam cầm Satan và chào mừng sự tự do trong Đấng Christ trong loạt trang bị chữa lành, giải thoát và phục hồi, nơi ông dạy và trang bị cho các thánh để phục vụ việc chữa lành, giải thoát và phục hồi bản thân và những người khác trong và ngoài vòng tròn của họ – Sự chữa lành là bánh mì dành cho trẻ em và là dấu hiệu cho những người chưa tin để xác thực sự chứng thực của Chúa đối với niềm hy vọng về sự kêu gọi của chúng ta. Chúng ta đã chứng kiến sự chữa lành, giải cứu và phục hồi đáng chú ý diễn ra vì vinh quang của Đức Chúa Trời!
Ông đã viết hơn 500 đầu sách có thể tìm thấy qua liên kết này:

https://www.amazon.com/s?k=ambassador+Monday+O.+Ogbe&crid=14HIGJ88O42XW&sprefix=ambassador+monday+o.+ogb%2Caps%2C359&ref=nb_sb_noss

Bối Cảnh Lịch Sử Thế Giới năm 1957 của Watchman Nee

25 câu Kinh thánh về thế giới và mối quan hệ của chúng ta với thế giới

Để hiểu tâm trí của một tác giả vào thời điểm viết cuốn Ngồi, Đi và Đứng, nhất thiết phải nhìn vào bối cảnh lịch sử có xu hướng định hình thế giới quan của tác giả, trong trường hợp này là Watchman NEE và độc giả cuốn sách của ông. lần giống nhau. Watchman Nee sống từ năm 1902 đến năm 1972. Kinh thánh kể rằng chúng ta ở trong thế gian NHƯNG chúng ta không thuộc về thế gian.

Trong mối quan hệ với thế giới và thái độ của chúng ta đối với thế giới khi chúng ta đọc ngồi, đi và đứng, điều hữu ích là khám phá những lời của Chúa Giêsu như sau:

"Con đã hứa với họ; và thế gian ghét họ, vì họ không thuộc về thế gian, cũng như Con không thuộc về thế gian. "Con không cầu xin Chúa đem họ ra khỏi thế gian, nhưng xin Chúa gìn giữ họ khỏi điều ác." (Giăng 17:11, 14–15.)

Ma-thi-ơ 10:15-17
Kinh thánh khuếch đại, phiên bản cổ điển
15 Quả thật, Ta bảo các con, trong ngày phán xét, đất Sô-đôm và Gô-mô-rơ sẽ được khoan dung hơn thành đó.
16 Nầy, ta sai các ngươi đi như chiên đi vào giữa bầy sói; là [1] cảnh giác và khôn ngoan như rắn, và ngây thơ (vô hại, vô tội và không giả dối) như chim bồ câu.
17 Hãy đề phòng những người có đường lối hoặc bản tính chống nghịch Đức Chúa Trời; vì họ sẽ nộp các ngươi cho công đồng và đánh đòn các ngươi trong hội đường của họ,

Vì nó liên quan đến việc Watchman Nee viết về ngồi, đi và đứng, trong MỐI QUAN HỆ CỦA CHÚNG TÔI VỚI THẾ GIỚI
THẾ GIỚI VÀ QUỶ , đây là thời điểm Trung Quốc vừa mới kết thúc chiến tranh thế giới thứ hai với việc Nhật Bản chiếm đóng một phần đất nước.

Dưới đây là 25 câu Kinh thánh đề cập đến thế giới trong toàn bộ Kinh thánh và những gì sẽ hình thành cách suy nghĩ của chúng ta về nó và tất nhiên là cả suy nghĩ của tác giả.

25 câu Kinh Thánh không thuộc về thế giới này (ESV)

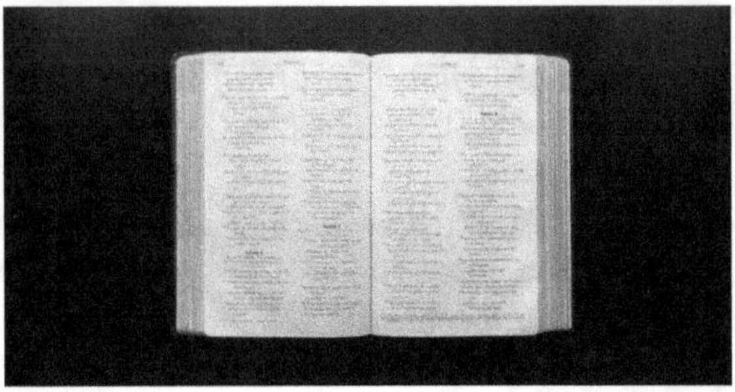

Đây là danh sách được tuyển chọn và xếp hạng thủ công gồm những câu Kinh thánh phù hợp nhất về Not Of This World (ESV).

Giăng 15:19
19 Nếu bạn thuộc về thế gian, thì thế gian sẽ yêu mến bạn như của mình; nhưng vì bạn không thuộc về thế gian mà Ta đã chọn bạn từ giữa thế gian nên thế gian ghét bạn.

Rô-ma 12:2
2 Đừng làm theo đời này, nhưng hãy biến đổi bởi sự đổi mới của tâm trí mình, để qua thử thách, anh em có thể nhận ra đâu là ý muốn của Đức Chúa Trời, đâu là điều tốt lành, vừa lòng và hoàn hảo.

Giăng 18:36
36 Đức Giê-su đáp: "Nước tôi không thuộc về thế gian này. Nếu vương quốc của tôi thuộc về thế gian này, thì các đầy tớ của tôi đã chiến đấu để tôi không bị nộp cho người Do Thái. Nhưng vương quốc của tôi không đến từ thế gian."

1 Giăng 2:15
15 Đừng yêu thế gian cùng những gì ở thế gian. Nếu ai yêu thế gian thì tình yêu của Cha không ở trong người ấy.

Giăng 17:14

14 Con đã truyền cho họ lời Cha, nhưng thế gian ghét họ, vì họ không thuộc về thế gian, cũng như Con không thuộc về thế gian.

Cô-lô-se 3:2
2 Hãy chú tâm vào những gì ở trên trời, chứ không phải những gì ở dưới đất.

Giăng 17:16
16 Họ không thuộc về thế gian, cũng như Con không thuộc về thế gian.

1 Giăng 2:15-17
15 Đừng yêu thế gian cùng những gì ở thế gian. Nếu ai yêu thế gian thì tình yêu của Cha không ở trong người ấy.
16 Vì mọi điều ở thế gian, những ham muốn của xác thịt, những ham muốn của mắt, và sự kiêu ngạo của đời, đều không đến từ Chúa Cha nhưng đến từ thế gian. 17 Thế gian cùng với những dục vọng của nó đều qua đi, nhưng ai làm theo ý muốn Đức Chúa Trời thì còn lại đời đời.

Gia-cơ 4:4
4Hỡi kẻ ngoại tình! Bạn không biết rằng làm bạn với thế gian là thù nghịch với Thiên Chúa sao? Vì vậy, ai muốn làm bạn với thế gian thì tự coi mình là kẻ thù của Thiên Chúa.

Giăng 8:23
23 Ngài bảo họ: "Các ngươi đến từ bên dưới; Tôi đến từ phía trên. Bạn thuộc về thế giới này; Tôi không thuộc về thế giới này.

Phi-líp 3:20-21
20 Nhưng chúng ta là công dân trên trời, và từ đó chúng ta trông đợi Đấng Cứu Rỗi là Chúa Giê-su Christ, 21 Đấng sẽ biến đổi thân thể hèn mọn của chúng ta nên giống thân

thể vinh hiển Ngài, bằng quyền năng Ngài có để phục muôn vật.

Ê-phê-sô 6:12
12 Vì chúng ta chiến đấu không phải với thịt và máu, nhưng với những kẻ thống trị, với những thế lực, với những thế lực vũ trụ thống trị bóng tối này, với những thần linh gian ác ở các miền trên trời.

1 Giăng 5:19
19 Chúng ta biết mình đến từ Đức Chúa Trời, còn cả thế gian đều phục dưới quyền ma quỉ.

Giăng 15:18-19
18 "Nếu thế gian ghét anh em, hãy biết rằng họ đã ghét tôi trước anh em. 19 Nếu bạn thuộc về thế gian, thì thế gian sẽ yêu mến bạn như của mình; nhưng vì bạn không thuộc về thế gian mà Ta đã chọn bạn từ giữa thế gian nên thế gian ghét bạn.

1 Giăng 2:17
17 Thế gian cùng với những dục vọng của nó đều qua đi, nhưng ai làm theo ý muốn Đức Chúa Trời thì còn lại đời đời.

Giăng 3:16
16 "Vì Đức Chúa Trời yêu thương thế gian đến nỗi đã ban Con Một của Ngài, hầu cho hễ ai tin Con ấy không bị hư mất mà được sự sống đời đời.

Phi-líp 3:20
20 Nhưng chúng ta là công dân trên trời, và từ đó chúng ta trông đợi Đấng Cứu Rỗi là Chúa Giê-su Christ,

Rô-ma 12:1-2

12:1 Vậy, hỡi anh em, tôi lấy sự thương xót của Đức Chúa Trời khuyên anh em hãy dâng thân thể mình làm của lễ sống và thánh, đẹp lòng Đức Chúa Trời, đó là sự thờ phượng phải lẽ của anh em. 2 Đừng làm theo đời này, nhưng hãy biến đổi bởi sự đổi mới của tâm trí mình, để qua thử thách, anh em có thể nhận ra đâu là ý muốn của Đức Chúa Trời, đâu là điều tốt lành, vừa lòng và hoàn hảo.

Khải Huyền 21:1-27
21:1 Rồi tôi thấy trời mới và đất mới, vì trời thứ nhất và đất thứ nhất đã biến mất, và biển cũng không còn nữa. 2 Và
tôi thấy thành thánh, Giê-ru-sa-lem mới, từ trên trời xuống từ nơi Đức Chúa Trời, chuẩn bị làm cô dâu trang điểm cho chồng mình. 3 Tôi nghe một tiếng lớn từ phía ngai nói rằng: "Này là nhà tạm của Đức Chúa Trời ở cùng loài người. Ngài sẽ ở với họ, và họ sẽ là dân Ngài, và chính Đức Chúa Trời sẽ ở với họ, là Đức Chúa Trời của họ. 4 Ngài sẽ
lau hết nước mắt khỏi mắt họ, sẽ không còn sự chết, than van, khóc lóc hay đau đớn nữa vì những điều trước kia đã qua rồi."
5 Đấng ngồi trên ngai phán: "Này, Ta làm mới lại mọi sự." Ngài lại phán: "Hãy viết điều này ra, vì những lời này là đáng tin cậy và chân thật." 6 Người ấy bảo tôi: "Xong rồi!
Ta là Alpha và Omega, khởi đầu và kết thúc. Kẻ khát tôi sẽ cho uống suối nước sự sống mà không phải trả tiền.

7 Kẻ nào thắng sẽ được phần cơ nghiệp này, ta sẽ là Đức Chúa Trời của người ấy và người ấy sẽ là con trai ta. 8 Còn
những kẻ hèn nhát, bất trung, đáng ghê tởm, như kẻ sát nhân, kẻ gian dâm, kẻ phù phép, kẻ thờ thần tượng và phàm kẻ nào nói dối, phần của chúng nó sẽ ở trong hồ có lửa và diêm cháy bừng bừng, đó là cái chết thứ hai."
9 Sau đó, một trong bảy thiên thần cầm bảy bát đầy bảy tai họa cuối cùng đến nói với tôi rằng: "Hãy đến, tôi sẽ chỉ cho anh Cô Dâu, vợ Chiên Con." 10 Ngài đã dẫn tôi trong
Thánh Linh đến một ngọn núi cao lớn, và chỉ cho tôi thành

thánh Giê-ru-sa-lem từ trời Đức Chúa Trời mà xuống, 11
có vinh quang của Đức Chúa Trời, ánh sáng rực rỡ như
một viên ngọc quý hiếm nhất, giống như ngọc thạch anh,
trong suốt như pha lê. 12 Thành có một bức tường cao và
vĩ đại, có mười hai cổng, trên các cổng có mười hai vị thiên
sứ, và trên các cổng có khắc tên của mười hai chi tộc con
cháu Y-sơ-ra-ên, 13 phía đông có ba cổng, phía bắc có ba
cổng. , phía nam có ba cổng, phía tây có ba cổng. 14 Tường
thành có mười hai nền móng, trên đó có tên mười hai sứ
đồ của Con Chiên.

15 Người nói chuyện với tôi có một thước đo bằng vàng để
đo thành phố, cổng và tường thành. 16 Thành có hình
vuông, chiều dài bằng chiều rộng. Và ông đo thành phố
bằng cây gậy của mình, 12.000 stadia. Chiều dài, chiều
rộng và chiều cao của nó bằng nhau. 17 Người cũng đo
tường thành, dài 144 cu-bít theo thước đo của con người,
cũng là thước đo của thiên sứ. 18 Tường xây bằng ngọc
thạch anh, còn thành thì bằng vàng ròng, giống như thủy
tinh trong suốt. 19 Nền của tường thành được trang sức
bằng mọi loại ngọc. Thứ nhất là ngọc thạch anh, thứ hai
là ngọc bích, thứ ba là mã não, thứ tư là ngọc lục bảo, 20
mã não thứ năm, thứ sáu là carnelian, thứ bảy là
chrysolite, thứ tám là beryl, thứ chín là topaz, thứ mười là
ngọc lục bảo, thứ mười một là jacin, thứ mười hai là thạch
anh tím. 21 Mười hai cổng là mười hai viên ngọc trai, mỗi
cổng làm bằng một viên ngọc duy nhất, và đường phố
trong thành bằng vàng ròng, giống như thủy tinh trong
suốt.
22 Tôi không thấy đền thờ nào trong thành, vì đền thờ là
Chúa, Đức Chúa Trời toàn năng và Chiên Con. 23Thành
phố không cần mặt trời hay mặt trăng chiếu sáng, vì vinh
quang của Đức Chúa Trời chiếu sáng thành, và Chiên Con
là ngọn đèn của thành. 24 Nhờ ánh sáng của nó mà các
dân tộc sẽ bước đi, và các vua trên đất sẽ đem vinh quang
mình vào đó, 25 và các cổng của nó ban ngày sẽ không bao

giờ đóng, và ở đó sẽ không có ban đêm. 26 Họ sẽ đem vinh quang và danh dự của các dân tộc vào đó. 27 Không một kẻ ô uế nào được vào đó, kể cả những kẻ làm điều gớm ghiếc và gian dối, ngoại trừ những kẻ đã được biên tên trong sách sự sống của Chiên Con.

1 Giăng 4:5
5 Họ đến từ thế gian; do đó họ nói từ thế giới và thế giới lắng nghe họ.

Ma-thi-ơ 6:24
24 Chẳng ai có thể làm tôi hai chủ, vì sẽ ghét chủ này mà yêu chủ kia, hoặc trọng chủ này mà khinh thường chủ kia. Bạn không thể phục vụ Chúa và tiền bạc.

Ma-thi-ơ 7:16-20
16 Bạn sẽ nhận ra chúng nhờ hoa quả của chúng. Có phải nho được hái từ bụi gai, hay là vả được hái từ cây tật lê?
17 Vậy cây lành sinh trái tốt, cây độc sinh trái xấu. 18 Cây lành không thể sinh trái xấu, cây bệnh cũng không thể sinh trái tốt. 19 Cây nào không sinh trái tốt sẽ bị đốn và ném vào lửa. 20 Như vậy bạn sẽ nhận ra chúng qua hoa quả của chúng.

1 Giăng 3:13
13 Hỡi anh em, đừng ngạc nhiên khi thế gian ghét anh em.

Gia-cơ 1:27
27 Đạo trong sạch và không ô uế trước mặt Thiên Chúa Cha là thăm viếng trẻ mồ côi và người góa bụa trong cơn hoạn nạn, và giữ mình cho khỏi bị ô uế bởi thế gian.

Cô-lô-se 2:8
8 Hãy cẩn thận, kẻo có ai bắt anh em bằng triết học và những lời giả dối rỗng tuếch, theo truyền thống loài người,

theo các thần linh của thế gian, chứ không theo Đấng Christ.

Nhật Bản và Trung Quốc trong các cuộc chiến tranh từ năm 663 đến năm 1972 sau Công nguyên và một phần của lịch sử thế giới

Vì nó liên quan đến việc Watchman Nee viết về ngồi, đi và đứng, trong MỐI QUAN HỆ CỦA CHÚNG TÔI VỚI THẾ GIỚI

THẾ GIỚI VÀ QUỶ **, đây là thời điểm Trung Quốc vừa mới kết thúc chiến tranh thế giới thứ hai với việc Nhật Bản chiếm đóng một phần đất nước. Watchman Nee sống từ năm 1902 đến năm 1972, những ngày cuối cùng của anh ở trong tù. Điều đó sẽ cung cấp một số bối cảnh lịch sử của người canh gác, khi bạn xem lại lịch sử rắc rối và mối quan hệ giữa Nhật Bản và Trung Quốc**

Để hiểu mối quan hệ giữa Nhật Bản và Trung Quốc, chúng ta xem xét các cuộc xung đột bắt nguồn từ năm 663 sau Công nguyên, bắt đầu từ việc Nhật Bản chiếm đóng đầu tiên trên lãnh thổ Trung Quốc.

Nếu chúng ta chưa học được điều gì thì thực tế là chúng ta chưa học được điều gì từ lịch sử. Lịch sử có xu hướng lặp lại chính nó. Ngày nay, Trung Quốc, Đài Loan và Nhật Bản lại đối đầu nhau và chúng ta sẽ ngạc nhiên nếu những xung đột này không lên đến đỉnh điểm thành một cuộc chiến đẫm máu khác mà thế giới chưa từng chứng kiến nếu Chúa Giêsu Kitô đến trễ. Chúng ta phải đưa điều này vào trong lời cầu nguyện chuyển cầu của chúng ta cho khu vực Châu Á Thái Bình Dương.

Trận chiến Trung Quốc-Nhật Bản đầu tiên được ghi lại

Vào năm 663 sau Công nguyên, Trận chiến Baekgang diễn ra, cuộc xung đột Trung Quốc-Nhật Bản đầu tiên trong lịch sử được ghi lại. Trận chiến là một phần của mối quan hệ cổ xưa giữa Tam Quốc Triều Tiên (Samguk hoặc Samhan), Yamato của Nhật Bản và các triều đại Trung Quốc. Bản thân trận chiến đã gần kết thúc thời kỳ này với sự sụp đổ của Bách Tế , một trong ba vương quốc Samguk của Hàn Quốc, diễn ra ngay sau trận chiến này.

Bối cảnh của trận chiến lớn đó liên quan đến việc Silla (một trong những vương quốc Hàn Quốc) cố gắng thống trị Bán đảo Triều Tiên bằng cách liên minh với nhà Đường, những người đang cố gắng đánh bại Goguryeo , một cuộc xung đột đang diễn ra từ thời nhà Tùy. Vào thời điểm đó, Goguryeo đang liên minh với Baekje , vương quốc lớn thứ ba của Hàn Quốc. Yamato Nhật Bản đã hỗ trợ Baekje một cách nghiêm túc với 30.000 quân và gửi Abe no Hirafu , một vị tướng dày dạn kinh nghiệm đã chiến đấu với người Ainu trong các chiến dịch ở miền đông và miền bắc Nhật Bản. Là một phần trong nỗ lực của Silla nhằm chinh phục Bách Tế, trận chiến Bách Tế đã diễn ra giữa Đường Trung Quốc, Bách Tế, Tân La và Yamato Nhật Bản.

Bản thân trận chiến đã là một thất bại thảm hại đối với lực lượng Yamato. Khoảng 300 tàu Yamato đã bị phá hủy bởi hạm đội kết hợp Tân La-Đường với số lượng tàu chỉ bằng một nửa, và do đó viện trợ cho Bách Tế từ Yamato không thể giúp ích gì trên đất liền và bị đánh bại trên biển. Bách Tế thất thủ ngay sau đó, cùng năm đó.

Sau khi Bách Tế bị đánh bại, cả Tân La và Đường đều tập trung vào đối thủ khó nhằn hơn là Cao Câu Ly và Cao Câu Ly đã thất thủ vào năm 668 sau Công nguyên. Phần lớn, Silla, từng là đối thủ của Bách Tế, cũng có thái độ thù địch với Yamato Nhật Bản, được coi là quốc gia anh em với Bách Tế, và chính sách này vẫn tiếp tục (với một lần tạm dừng trong khoảng năm 670–730 sau Công Nguyên) sau khi Silla thống nhất hầu hết khu vực ngày nay là Triều Tiên và đẩy lùi nhà Đường Trung Quốc khỏi khu vực ngày nay là bán đảo Triều Tiên. Yamato Nhật Bản bị cô lập trong một thời gian và nhận thấy mình phải tự mình củng cố mối quan hệ với lục địa châu Á, nhờ có con đường an toàn và chắc chắn nhất bị cản trở bởi một Silla thù địch.
Sự thịnh vượng của thương mại hàng hải 600–1600

Thương mại hàng hải giữa Trung Quốc và Nhật Bản được ghi chép rõ ràng và nhiều hiện vật của Trung Quốc có thể được khai quật. Bách Tế và Silla đôi khi đóng vai trò trung gian, trong khi các liên kết thương mại trực tiếp giữa Trung Quốc và Nhật Bản phát triển mạnh mẽ.

Sau năm 663 (với sự sụp đổ của đồng minh Bách Tế), Nhật Bản không có lựa chọn nào khác (trước sự thù địch từ Silla, vốn đã tạm thời bị trì hoãn khi đối mặt với chủ nghĩa đế quốc nhà Đường - vì chủ nghĩa đế quốc nhà Đường gây ra mối đe dọa cho cả Nhật Bản và thống nhất Silla - nhưng lại tiếp tục vào năm 663). sau khoảng 730) mà trực tiếp buôn bán với các triều đại Trung Quốc. Lúc đầu, người Nhật có rất ít kiến thức chuyên môn về đi biển tầm xa nhưng cuối cùng (một số cho rằng với sự trợ giúp của những người nước ngoài Bách Tế đã chạy trốn khỏi đất nước khi nó thất thủ) người Nhật đã cải thiện được năng lực hải quân cũng như việc đóng tàu của họ.

Các cảng Ninh Ba và Hàng Châu có mối liên kết thương mại trực tiếp nhất với Nhật Bản và có cư dân Nhật Bản làm ăn. Nhà Minh ra lệnh rằng Ninh Ba là nơi duy nhất có thể diễn ra quan hệ Nhật-Trung. Vì vậy, Ninh Ba là điểm đến của nhiều đại sứ quán Nhật Bản trong thời kỳ này. Sau khi đến Ninh Ba, họ tiếp tục đi đến các thành phố khác ở Trung Quốc. Năm 1523, hai sứ quán đối địch được Nhật Bản cử đến Ninh Ba, lúc đó đang trong tình trạng nội chiến được gọi là thời kỳ Sengoku . Một trong những sứ giả là người Trung Quốc, Song Suqing , người đã chuyển đến Nhật Bản trước đó. Một trăm nhà sư Nhật Bản đã đến thăm vào thế kỷ 15 và 16, thăm hỏi, tiếp xúc với giới trí thức Trung Quốc ở Ninh Ba, Bắc Kinh , Hàng Châu, Tô Châu , Nam Kinh , thung lũng Hoài và Thiên Tân . [7] Song Suqing vướng vào bất đồng với một phái đoàn thương mại đối thủ của Nhật Bản, dẫn đến Sự cố Ninh Ba , nơi người Nhật cướp bóc và cướp bóc ở vùng lân cận Ninh Ba trước khi trốn thoát trên những con tàu bị đánh cắp, đánh bại một đội quân nhà Minh đang truy đuổi trên đường đi. Để trả thù, cảng Ninh Ba đã bị đóng cửa đối với người Nhật và hai phái đoàn nữa của Nhật Bản đã được tiếp nhận (vào năm 1540 và 1549) cho đến cuối triều đại nhà Minh. Thương mại trực tiếp với Trung Quốc bị hạn chế bởi Mạc phủ Tokugawa sau năm 1633, khi Nhật Bản quyết định đóng cửa mọi liên kết trực tiếp với thế giới bên ngoài, ngoại trừ Nagasaki nơi có các điểm giao thương của Hà Lan và Trung Quốc. Một số giao dịch cũng được gia tộc Shimazu của tỉnh Satsuma tiến hành thông qua Quần đảo Ryukyu và với người Ainu ở Hokkaido.

Cướp biển Nhật Bản trên bờ biển Trung Quốc và cuộc xâm lược của người Mông Cổ 1200–1600

Bài chi tiết: *Ngộ Khấu* *và* *Mông Cổ xâm lược Nhật Bản*

Cướp biển Nhật Bản (hay Wokou) là một vấn đề thường trực, không chỉ đối với Trung Quốc và Hàn Quốc, mà còn đối với xã hội Nhật Bản, từ thế kỷ 13 cho đến khi Hideyoshi xâm lược Triều Tiên thất bại vào cuối thế kỷ 16. Cướp biển Nhật Bản thường đến từ những thành phần không được ưa chuộng trong xã hội Nhật Bản, và người Nhật cũng rất vui khi được (phần lớn) loại bỏ được chúng khi chúng đang đột kích vào những bờ biển thịnh vượng hơn (vào thời điểm đó, Nhật Bản bị tàn phá bởi các cuộc nội chiến, và vì vậy trong khi Hàn Quốc, Trung Quốc và Đế quốc Mông Cổ đang tận hưởng hòa bình, thịnh vượng và giàu có tương đối thì người Nhật lại gặp phải thời kỳ khó khăn).

Nhà Minh trong cuộc xâm lược Triều Tiên của Hideyoshi năm 1592–1598

Bài chi tiết: *Nhật Bản xâm lược Triều Tiên (1592–1598)*

Toyotomi Hideyoshi là một trong ba người thống nhất Nhật Bản (Oda Nobunaga và Tokugawa Ieyasu là những người còn lại). Sau khi chinh phục gia tộc Mōri và Shimazu , Hideyoshi có ước mơ chinh phục Trung Quốc nhưng cần phải băng qua Triều Tiên.

Khi Hideyoshi nhận được sự từ chối của Hàn Quốc về việc vượt qua đất nước sang Trung Quốc thời nhà Minh , ông đã xâm lược Triều Tiên. Trong năm xâm lược đầu tiên năm 1592, người Nhật đã tiến xa tới tận Mãn Châu dưới sự chỉ huy của Katō Kiyomasa và chiến đấu với người Kiến Châu Nữ Chân . Seonjo (vua Hàn Quốc) đã yêu cầu nhà Minh viện trợ , nhưng vì quân Nhật tiến quá nhanh nên ban đầu chỉ có lực lượng nhỏ của nhà Minh tham gia. Konishi Yukinaga , người đóng quân ở Bình Nhưỡng vào mùa đông năm 1592, lần đầu chạm trán và đánh bại một lực lượng gồm 5.000 lính Trung Quốc. Năm 1593, sự tham gia lớn hơn của Trung Quốc dưới sự chỉ huy của Tướng Li Rusong với quân đội 45.000 người đã chiếm Bình Nhưỡng bằng pháo binh và đánh đuổi quân Nhật về phía nam, nhưng quân Nhật đã đánh bại họ trong Trận Byeokjegwan .

Sau năm 1593, có một hiệp định đình chiến kéo dài khoảng bốn năm. Trong thời gian đó, nhà Minh phong cho Hideyoshi danh hiệu "Vua Nhật Bản" như điều kiện rút lui, nhưng Hideyoshi cảm thấy điều đó xúc phạm Hoàng đế Nhật Bản và yêu cầu nhượng bộ kể cả con gái của hoàng đế Vạn Lịch . Các mối quan hệ trở nên tồi tệ hơn và chiến tranh lại bùng phát. Cuộc xâm lược thứ hai kém thành công hơn nhiều đối với Hideyoshi. Người Trung Quốc và người Hàn Quốc đã chuẩn bị kỹ lưỡng hơn nhiều và nhanh chóng hạn chế và bao vây quân Nhật ở phía nam cho đến khi cuối cùng họ bị đánh đuổi ra biển và bị đô đốc Hàn Quốc Yi Sun Shin đánh bại . Cuộc xâm lược thất bại nhưng gây thiệt hại nặng nề cho các thành phố, văn hóa và nông thôn Hàn Quốc với thương vong dân sự rất lớn (quân Nhật tàn sát thường dân tại các thành phố Hàn Quốc bị chiếm đóng). Các cuộc xâm lược cũng làm cạn kiệt kho bạc của nhà Minh và khiến nước này yếu đi trước người Mãn Châu , người cuối cùng đã tiêu diệt nhà Minh và thành lập nhà Thanh vào năm 1644.
Sau đó, Nhật Bản, dưới thời Mạc phủ Tokugawa, đã áp dụng chính sách biệt lập cho đến khi bị Thiếu tướng Perry buộc phải mở cửa vào những năm 1850.

Triều đại nhà Minh và nhà Thanh và thời Edo Tokugawa Nhật Bản

Các món ăn, món ngon, đồ ngọt và kẹo Trung Quốc được những người đàn ông Trung Quốc giới thiệu đến Nhật Bản, họ đã dạy bạn gái Nhật cách làm chúng. Vào thời Genroku (1688–1704), một người Trung Quốc đã hướng dẫn bạn gái của mình cách làm đường hình hoa mận và bột gạo có vị ngọt mềm gọi là "kōsakō". Các bài hát được hát trong tập sách Tōsō-on The Kagetsu Entertainment (Kagetsu yokyō) chứa thông tin về những bài hát mà đàn ông Trung Quốc dạy cho bạn gái Nhật Bản của họ cho thấy rằng họ được hát ở Tōsō-on với các nhạc cụ như ômong (violin hai dây), chixianchin (đàn cầm bảy dây) và yuechin (đàn luýt). Phụ nữ Nhật Bản ở Nagasaki được dạy múa, hát và âm nhạc có nguồn gốc từ Trung Quốc. Gekkin (yuechin) được sử dụng để chơi những bài hát Kyūrenhwan này. Điệu nhảy Kankan-Odori đi kèm với một trong những bài hát này đã lan rộng ở Edo và Kyōto khi nó trở nên nổi tiếng. Các cuộc triển lãm vũ đạo nguyên bản của Trung Quốc đã được biểu diễn ở Edo bằng cách sắp xếp cử các quan chức Nagasaki quản lý các vấn đề Trung Quốc và geisha đến đó bởi Takahashi Sakuzaemon (1785–1829), nhà thiên văn học triều đình của Mạc phủ. Anh ta trở nên nổi tiếng nhờ sự cố Siebold. Sau đó, phụ nữ được cử đến phục vụ người Hà Lan tại Dejima sau khi họ phục vụ người Trung Quốc tại Maruyama được Ủy viên phụ trách ăn uống trả tiền.

Minh Trị Duy Tân và sự trỗi dậy của Đế quốc Nhật Bản 1868–1931

Bài chi tiết: Chiến tranh Trung-Nhật , Chủ nghĩa dân tộc Nhật Bản , và Minh Trị Duy tân

Hữu nghị và Thương mại Trung-Nhật ngày 13 tháng 9 năm 1871 được Date Munenari và Li Hongzhang ký tại Tientsin .

Năm 1854, sự phô trương lực lượng hải quân phương Tây của Đô đốc Mỹ Perry đã dẫn đến Công ước Kanagawa và việc Nhật Bản mở cửa cho hoạt động thương mại của phương Tây. Chuyến hành trình tới Thượng Hải năm 1862 của Senzai Maru đã dạy cho Nhật Bản mối nguy hiểm khi đóng cửa biên giới và từ chối thay đổi. Về lâu dài, nó kích thích sự mở rộng tầm nhìn và nhu cầu học hỏi từ thế giới bên ngoài. Các nhà lãnh đạo Nhật Bản nhận ra rằng cần phải hiện đại hóa để tránh sự sỉ nhục mà Trung Quốc phải gánh chịu trong các cuộc Chiến tranh Nha phiến lần thứ nhất và thứ hai vào những năm 1840 và 1850. Từ những bài học này, Nhật Bản chuyển từ chủ nghĩa biệt lập sang chủ nghĩa cải cách. Sau khi Mạc phủ Tokugawa cũ HYPERLINK "https://en.wikipedia.org/wiki/Tokugawa_shogunate" \o "Tokugawa shogunate" bị lật đổ trong cuộc Minh Trị Duy Tân vào những năm 1860, Nhật Bản đã khởi xướng cải cách cơ cấu dẫn đến hiện đại hóa, công nghiệp hóa, quân sự hóa và chủ nghĩa đế quốc nhanh chóng theo mô hình của các cường quốc đế quốc phương Tây.

Trong khi đó, các nhà lãnh đạo Mãn Châu của Trung Quốc đã không học được những bài học tương đương. Thông tin liên lạc của Trung Quốc với thế giới bên ngoài đã có sự thay đổi đáng kể vào năm 1871 khi công ty điện báo Great Northern mở cáp nối Thượng Hải với Hồng Kông, Singapore, Nagasaki và Vladivostok, với các kết nối tới Ấn Độ và Châu Âu. Điện báo cố định đầu tiên được mở giữa Thượng Hải và Thiên Tân vào năm 1881. [11] [12] Hiệp ước thương mại hiện đại đầu tiên của Trung Quốc với Nhật Bản được ký kết trên cơ sở bình đẳng vào năm 1871. Là một phần của việc mở cửa ngoại giao, Trung Quốc đã thành lập các quân đoàn ở Tokyo, London, Berlin , Washington, Madrid và St Petersburg vào năm 1877–1880. Mọi người đều mang trong mình những kỳ vọng lạc quan về thương mại có lợi nhuận cao với hàng trăm triệu người tiêu dùng Trung Quốc. Nó đã không xảy ra. Đến năm 1890, tổng giá trị xuất nhập khẩu của Trung Quốc cộng lại chỉ là 50 triệu bảng Anh, thấp hơn nhiều nước nhỏ hơn. Trung Quốc quá nghèo, quá tự cung tự cấp, quá thiếu đường sắt cho các mối quan hệ thương mại sinh lời.

Xung đột sau năm 1880

Khi Nhật Bản hiện đại hóa và xây dựng nền kinh tế và quân sự hùng mạnh, mâu thuẫn ngày càng nảy sinh thường xuyên hơn với Trung Quốc. Các điểm nóng bao gồm Quần đảo Ryukyu , Formosa (Đài Loan) và Hàn Quốc. [14] Nhật Bản, sau khi xây dựng được một hệ thống kinh tế và chính trị ổn định với quân đội và hải quân nhỏ nhưng được huấn luyện tốt, cùng công nghệ vượt trội hơn nhiều, đã khiến thế giới ngạc nhiên với chiến thắng dễ dàng trong Chiến tranh Trung-Nhật lần thứ nhất năm 1894–95. Lính Nhật tàn sát người Trung Quốc sau khi chiếm được cảng Arthur trên bán đảo Liaotung. Trong Hiệp ước Shimonoseki khắc nghiệt vào tháng 4 năm 1895, Trung Quốc buộc phải công nhận nền độc lập của Triều Tiên và nhượng lại Formosa, quần đảo

Pescadores và bán đảo Liaotung cho Nhật Bản. Trung Quốc còn trả thêm khoản bồi thường 200 triệu lượng bạc, mở năm cảng mới cho thương mại quốc tế và cho phép Nhật Bản (và các cường quốc phương Tây khác) thành lập và vận hành các nhà máy tại các thành phố này. Tuy nhiên, Nga, Pháp và Đức nhận thấy mình bị thiệt thòi bởi hiệp ước và trong Cuộc can thiệp ba bên đã buộc Nhật Bản phải trả lại Bán đảo Liaotung để đổi lấy khoản bồi thường lớn hơn. Kết quả tích cực duy nhất đối với Trung Quốc là khi các nhà máy đó dẫn đầu quá trình công nghiệp hóa đô thị Trung Quốc, loại bỏ một tầng lớp doanh nhân và thợ cơ khí lành nghề ở địa phương.

Quân đội Nhật Bản tham gia vào liên minh các cường quốc đế quốc đàn áp Cuộc nổi dậy Nghĩa Hòa Đoàn năm 1900. Người Trung Quốc một lần nữa bị buộc phải trả một khoản bồi thường khổng lồ khác, nhưng Nhật Bản bị Hoa Kỳ gây áp lực phải chấp nhận ít hơn nhiều. Sự cạnh tranh giữa Liên minh tám quốc gia và Chính sách mở cửa của Mỹ đã ngăn cản Trung Quốc bị chia cắt thành nhiều thuộc địa khác nhau.

Vào năm 1905-1907, Nhật Bản đã đề nghị với Trung Quốc để mở rộng phạm vi ảnh hưởng của mình bao gồm cả Phúc Kiến . Nhật Bản đang cố gắng giành được các khoản vay của Pháp và cũng tránh Chính sách mở cửa . Paris cung cấp các khoản vay với điều kiện Nhật Bản tôn trọng Cánh cửa mở và không vi phạm toàn vẹn lãnh thổ của Trung Quốc. Trong Hiệp định Pháp-Nhật năm 1907, Paris đã bảo đảm sự công nhận của Nhật Bản đối với những lợi ích đặc biệt mà Pháp sở hữu ở "các khu vực của Đế quốc Trung Hoa tiếp giáp với các lãnh thổ" nơi họ có "các quyền về chủ quyền, bảo vệ hoặc chiếm đóng", có nghĩa là người Pháp thuộc địa ở Đông Nam Á cũng như phạm vi ảnh hưởng của Pháp ở ba tỉnh miền nam Trung Quốc—Vân Nam, Quảng Tây và Quảng

Đông. Đổi lại, người Pháp công nhận phạm vi ảnh hưởng của Nhật Bản tại Triều Tiên, Nam Mãn Châu và Nội Mông.

Chính phủ Nhật Bản có mục đích riêng của mình đối với các phần tử chống nhà Thanh, sử dụng các hòn đảo làm căn cứ. Vào những thời điểm khác nhau, nó đối xử với Tôn Trung Sơn theo bốn cách khác nhau: ủng hộ chính nghĩa của ông, giữ khoảng cách trung lập, thúc giục ông rời khỏi Nhật Bản và đàn áp khuynh hướng cách mạng của ông. Trong những giai đoạn thuận lợi nhất, chính phủ đã cung cấp cơ sở hoạt động cho Tôn Trung Sơn và các thành viên khác của Tongmenghui . Vì vậy, nó đã giúp họ lật đổ triều đại nhà Thanh vào năm 1912 và thành lập nước Cộng hòa Trung Hoa . Nó cũng góp phần vào nỗ lực thất bại của Tôn nhằm phế truất tổng thống Viên Thế Khải vào năm 1915–1916.

Chiến tranh thế giới thứ nhất và 21 yêu cầu

Bài chi tiết: Hai mươi mốt yêu cầu , Nhật Bản trong Thế chiến thứ nhất , và việc Nhật Bản tham gia Thế chiến thứ nhất

Một lực lượng viễn chinh Nhật Bản nhanh chóng tiến đánh chiếm toàn bộ tài sản của Đức ở Thái Bình Dương khi Chiến tranh thế giới thứ nhất bùng nổ vào năm 1914. Nhật Bản chiếm đóng thuộc địa Thanh Đảo của Đức , cùng với việc chiếm đóng một phần tỉnh Sơn Đông . Trung Quốc hỗn loạn về tài chính, rất bất ổn về mặt chính trị và quân sự rất yếu. Hy vọng lớn nhất của họ là được tham dự hội nghị hòa bình sau chiến tranh, và hy vọng tìm được bạn bè sẽ giúp ngăn chặn các mối đe dọa từ chủ nghĩa bành trướng của Nhật

Bản. Trung Quốc tuyên chiến với Đức vào tháng 8 năm 1917 như một biện pháp kỹ thuật để nước này đủ điều kiện tham dự hội nghị hòa bình sau chiến tranh. Bắc Kinh dự định cử một đơn vị chiến đấu đến Mặt trận phía Tây, nhưng chưa bao giờ thực hiện. [21] [22] Các nhà ngoại giao Anh lo ngại rằng Mỹ và Nhật Bản sẽ thay thế vai trò dẫn đầu của Anh với tư cách là đối tác thương mại với Trung Quốc. Họ tìm cách khiến Nhật Bản và Mỹ chống lại nhau, đồng thời duy trì sự hợp tác giữa cả ba quốc gia để chống lại Đức.

Vào tháng 1 năm 1915, Nhật Bản bí mật đưa ra tối hậu thư về 21 Yêu cầu cho chính phủ Trung Quốc. 21 điểm yêu cầu kiểm soát ngay lập tức các quyền trước đây của Đức, hợp đồng thuê 99 năm ở miền nam Mãn Châu, quyền lợi đối với các nhà máy thép và nhượng bộ về đường sắt. Nhóm yêu cầu thứ năm sẽ mang lại cho Nhật Bản một tiếng nói mạnh mẽ trong chính phủ Trung Quốc và biến Trung Quốc trên thực tế thành một nước bảo hộ. Trung Quốc công bố yêu cầu và quân Đồng minh tức giận. Washington và London đã gây áp lực thành công để Tokyo từ bỏ yêu cầu thứ năm. Tuy nhiên, Nhật Bản cố gắng bám vào điều khoản đặt tỉnh Phúc Kiến vào phạm vi ảnh hưởng của Nhật Bản. [24] Bốn bộ còn lại đã được tất cả các bên chấp nhận và có hiệu lực. Nhật Bản thu được rất ít. Nó không chiếm được Phúc Kiến và mất uy tín ở Washington và London. [25] [26] [27] Nhật Bản cung cấp hỗ trợ tài chính cho chính quyền của Duẩn Qirui thông qua Khoản vay Nishihara , đồng thời gây áp lực buộc ông phải ký Hiệp định phòng thủ chung Trung-Nhật bí mật vào năm 1918. Khi những diễn biến này bị rò rỉ ra báo chí, Dư luận Trung Quốc phẫn nộ. Trong khi Trung Quốc có một ghế tại Hội nghị Hòa bình Paris năm 1919, nước này đã bị từ chối trả lại các nhượng bộ trước đây của Đức và phải tiếp tục nhượng bộ lâu dài với các cường quốc phương Tây. Do đó, Trung Quốc đã từ chối ký Hiệp ước Versailles. Phản ứng chính đối với sự sỉ nhục này là sự trỗi dậy của chủ nghĩa dân tộc Trung Quốc được thể hiện trong Phong trào Ngũ Tứ . Sự phẫn nộ của Trung Quốc tiếp tục kéo dài sang thế kỷ 21.

Chiến tranh Trung-Nhật lần thứ hai

Bài chi tiết: Sự kiện Mãn Châu Quốc và Mukden

Những năm 1920 là những năm Nhật Bản tìm cách bảo đảm lợi ích kinh tế của mình thông qua hệ thống hiệp ước, một chính sách không còn được áp dụng vào năm 1931 khi, sau Sự kiện Mukden ở Mãn Châu, người Nhật áp dụng chiến lược sáp nhập thuộc địa mạnh mẽ hơn. Năm 1926, vào đầu thời kỳ Chiêu Hòa , người Nhật muốn chiếm Mãn Châu để lấy tài nguyên. Do tính chất khó khăn của Trung Quốc, người Nhật đã có thể giành được ảnh hưởng trong khu vực thông qua hoạt động gián điệp, ngoại giao và sử dụng vũ lực. Năm 1928, người Nhật ám sát Zhang Zuolin , lãnh chúa Trung Quốc kiểm soát Mãn Châu. Quân đội Nhật Bản vào năm 1931 đã dàn dựng Sự kiện Mukden , sử dụng nó để biện minh cho cuộc xâm lược toàn diện vào Mãn Châu và thành lập một nhà nước bù nhìn, Mãn Châu quốc .

Từ năm 1931 đến khi bắt đầu Chiến tranh Trung-Nhật lần thứ hai vào năm 1937, đã có những cuộc đụng độ và giao tranh không liên tục giữa quân Nhật và các lực lượng khác nhau của Trung Quốc. Những cuộc giao tranh này được chính phủ Nhật Bản gọi chung là "sự cố" nhằm hạ thấp căng thẳng hiện có. Điều này chủ yếu nhằm ngăn chặn Hoa Kỳ coi cuộc xung đột là một cuộc chiến thực sự và do đó áp đặt lệnh cấm vận đối với Nhật Bản theo các hành vi trung lập . Các sự cố này đã gây áp lực chung buộc Trung Quốc phải ký nhiều thỏa thuận khác nhau vì lợi ích của Nhật Bản. Chúng bao gồm: phi quân sự hóa Thượng Hải , Hiệp định He-

Umezu và Hiệp định Chin-Doihara . Thời kỳ này rất hỗn loạn đối với những người theo chủ nghĩa Quốc dân Trung Quốc , vì nó bị sa lầy trong cuộc nội chiến với Cộng sản Trung Quốc và duy trì một hiệp định đình chiến không dễ dàng với các lãnh chúa còn sót lại , những người trên danh nghĩa liên kết với Generalissimo Tưởng Giới Thạch (Giang Giới Thạch), sau Bắc phạt . Thời kỳ này cũng chứng kiến sự theo đuổi của những người theo chủ nghĩa Dân tộc Trung Quốc trong việc hiện đại hóa Quân đội Cách mạng Quốc gia , thông qua sự hỗ trợ của các cố vấn Liên Xô và sau đó là Đức.

Vào tháng 7 năm 1937, xung đột leo thang sau một cuộc giao tranh đáng kể với lực lượng Trung Quốc tại Cầu Marco Polo. Điều này đánh dấu sự khởi đầu của Chiến tranh Trung-Nhật lần thứ hai . Lực lượng dân tộc chủ nghĩa Trung Quốc trả đũa bằng cách tấn công Thượng Hải. Trận Thượng Hải kéo dài vài tháng, kết thúc với thất bại của Trung Quốc vào ngày 26 tháng 11 năm 1937.
Sau trận chiến này, quân Nhật tiếp tục tiến về phía nam và phía tây. Một khía cạnh gây tranh cãi trong các chiến dịch này của Nhật Bản là tội ác chiến tranh chống lại người dân Trung Quốc . Ví dụ khét tiếng nhất là Vụ cưỡng hiếp Nam Kinh , khi quân Nhật tiến hành cướp bóc, hãm hiếp hàng loạt, tra tấn, thảm sát và các tội ác chiến tranh khác. Các hành động tàn bạo khác (ít được công bố hơn) đã được thực hiện trong các cuộc tiến công của Nhật Bản; người ta ước tính có hàng triệu thường dân Trung Quốc đã thiệt mạng. Nhiều nỗ lực khác nhau nhằm định lượng tội ác đã gây ra nhiều tranh cãi, nếu không muốn nói là gây chia rẽ.
Từ năm 1938 trở đi, cuộc chiến được đánh dấu bằng việc Trung Quốc sử dụng chiến thuật du kích để ngăn chặn các bước tiến và rút lui vào sâu trong nội địa khi cần thiết. Điều này cuối cùng đã hạn chế bước tiến của Nhật Bản vì những hạn chế về đường cung cấp - người Nhật không thể kiểm

soát thỏa đáng các khu vực vùng sâu vùng xa nhưng họ đã kiểm soát trên thực tế tất cả các thành phố và cảng lớn cũng như vùng trời.

Chiến tranh Thế giới II

Đến năm 1938, Hoa Kỳ ngày càng cam kết hỗ trợ Trung Quốc và với sự hợp tác của Anh và Hà Lan, đe dọa hạn chế cung cấp nguyên liệu quan trọng cho cỗ máy chiến tranh của Nhật Bản, đặc biệt là dầu mỏ. Quân đội Nhật Bản sau những thất bại nặng nề trước quân Nga đã muốn tránh chiến tranh với Liên Xô, mặc dù điều này sẽ hỗ trợ cho cuộc chiến của Đức chống lại Liên Xô. Hải quân, ngày càng bị đe dọa bởi việc mất nguồn cung cấp dầu, đã nhất quyết đưa ra quyết định, cảnh báo các giải pháp thay thế là một cuộc chiến có nguy cơ cao, Nhật Bản có thể thua, hoặc một sự bất đồng quan điểm nào đó về tình trạng hạng ba và mất Trung Quốc và Mãn Châu. Về mặt chính thức, Hoàng đế đã đưa ra quyết định, nhưng ông đã được một quan chức dân sự chủ chốt cho biết vào ngày 5 tháng 11 năm 1941:
từ quan điểm tình hình chính trị trong nước và khả năng tự bảo vệ của chúng ta, không thể chấp nhận tất cả các yêu cầu của Mỹ.... chúng ta không thể để tình hình hiện tại tiếp diễn. Nếu bỏ lỡ cơ hội tham chiến hiện tại, chúng ta sẽ phải tuân theo mệnh lệnh của Mỹ. Vì vậy, tôi nhận thấy việc chúng ta phải quyết định phát động cuộc chiến tranh chống Mỹ là điều khó tránh khỏi. Tôi sẽ đặt niềm tin vào những gì người ta đã nói: cụ thể là mọi việc sẽ diễn ra tốt đẹp trong giai đoạn đầu của cuộc chiến; và rằng mặc dù chúng ta sẽ gặp những khó khăn ngày càng tăng khi chiến tranh tiến triển nhưng vẫn có một số triển vọng thành công

Hoàng đế trở nên tin vào thuyết định mệnh về việc tham chiến, khi quân đội ngày càng nắm giữ nhiều quyền kiểm soát hơn. Thủ tướng Fumimaro Konoe được thay thế bởi nội các chiến tranh của Tướng Hideki Tojo (1884–1948), người yêu cầu chiến tranh. Tōjō đã làm theo cách của mình và cuộc tấn công được thực hiện vào Trân Châu Cảng vào tháng 12 năm 1941, cũng như các cứ điểm của Anh và Hà Lan. Hạm đội chiến đấu chính của Mỹ bị vô hiệu hóa, và trong 90 ngày tiếp theo, Nhật Bản đã đạt được những bước tiến đáng kể bao gồm Đông Ấn thuộc Hà Lan, Philippines, Malaya và Singapore. [31]

Sau cuộc tấn công Trân Châu Cảng và việc Mỹ tham chiến, giao tranh ở Thái Bình Dương , Đông Nam Á và Tây Nam Á đã làm quân Nhật suy yếu đáng kể.

Nghề nghiệp

Sau vụ đánh bom nguyên tử ở Hiroshima và Nagasaki và cuộc xâm lược của Liên Xô vào Mãn Châu do Nhật Bản chiếm đóng , Nhật Bản đã đầu hàng. Trong thời kỳ Mỹ chiếm đóng, 1945–1952, các quan chức Mỹ dưới quyền Douglas MacArthur giám sát chính phủ Nhật Bản. Mọi quan hệ đối ngoại đều do Hoa Kỳ kiểm soát, và tất cả các nhà ngoại giao Nhật Bản ở nước ngoài đều được đưa về nước. Đảng Cộng sản ở Nhật Bản được dung thứ và ủng hộ phe Mao Trạch Đông trong cuộc nội chiến đang diễn ra ở Trung Quốc. Mao chiếm ưu thế vào năm 1949, và cánh tả Nhật Bản mở các mối liên hệ quy mô nhỏ với Trung Quốc, đặc biệt là thông qua các liên đoàn lao động và các nhóm nghệ thuật. [32] Khi Nhật Bản đầu hàng vào năm 1945, sáu triệu rưỡi công dân của nước này bị mắc kẹt ở các đảo châu Á và Thái Bình

Dương. Con số đó bao gồm 3,5 triệu quân nhân và 3 triệu dân thường. 2,6 triệu người Nhật ở Trung Quốc, trong đó có 1,1 triệu người ở Mãn Châu. Tất cả những công dân Nhật Bản này đã được chuyển trở lại Nhật Bản trong khoảng thời gian nhiều tháng, thậm chí nhiều năm. [33] Tuy nhiên, hàng nghìn kỹ thuật viên Nhật Bản đã bị bỏ lại ở Đông Bắc Trung Quốc cho đến khi họ hồi hương vào năm 1953. Đảng Cộng sản Trung Quốc dựa vào nông dân và sử dụng những người có tay nghề cao này để cập nhật công nghệ, đào tạo công nhân địa phương và xây dựng lại nhà máy, hầm mỏ, đường sắt , và các khu công nghiệp khác.

Cộng hòa Trung Quốc (ROC) quản lý Đài Loan sau khi Nhật Bản đầu hàng, theo quyết định của các cường quốc Đồng minh tại Hội nghị Cairo năm 1943. ROC chuyển chính quyền trung ương của mình đến Đài Loan vào tháng 12 năm 1949, sau chiến thắng của CHND Trung Hoa trong cuộc chiến của Trung Quốc. Nội chiến . Sau đó, không có sự chuyển giao chính thức nào về chủ quyền lãnh thổ của Đài Loan cho Trung Quốc được thực hiện trong Hiệp ước Hòa bình San Francisco thời hậu chiến , và những thỏa thuận này đã được xác nhận trong Hiệp ước Đài Bắc do Trung Hoa Dân Quốc và Nhật Bản ký kết vào năm 1952. Vào thời điểm đó, chính quyền Đài Loan (Đảng Quốc dân đảng Trung Quốc, hay Kuomintang (KMT)) được Nhật Bản công nhận, chứ không phải Trung Quốc cộng sản (Cộng hòa Nhân dân Trung Hoa, hay PRC). Do đó, Quốc Dân Đảng không chỉ chấp nhận các khoản bồi thường của Nhật Bản dưới danh nghĩa chính phủ Trung Hoa Dân Quốc. Sau đó, Trung Quốc cũng từ chối bồi thường vào những năm 1970. Xem thêm chi tiết ở phần về bồi thường chiến tranh thế giới thứ hai và tuyên bố của Thủ tướng Nhật Bản Tomiichi Murayama (tháng 8/1995). Cuối cùng, khi Nhật Bản bình thường hóa quan hệ với Cộng hòa

Nhân dân Trung Hoa vào năm 1972, Trung Quốc đã đồng ý không theo đuổi vấn đề bồi thường.

LỜI NÓI ĐẦU CỦA PHIÊN BẢN NĂM H – NGỒI, ĐI VÀ ĐỨNG TRONG MỐI QUAN HỆ CỦA CHÚNG TÔI VỚI THẾ GIỚI THIÊN CHÚA VÀ QUỶ - Phiên bản thứ năm

Tổng hợp từ bài phát biểu của Mr. Watchman Nee (Nee To-sheng) của Foochow và xuất bản lần đầu trên Bombay, Sit, Walk, Stand tiếp tục khuấy động trái tim độc giả bằng thông điệp khơi dậy của nó. Mặc dù trải qua liên tiếp phiên bản cuốn sách đã được một chút mở rộng, tất cả các nguồn tài liệu đều có niên đại từ một thời kỳ duy nhất - những ngày rộng rãi của nhân chứng truyền giáo ở Trung Quốc chỉ trước Chiến tranh Nhật Bản, khi tác giả và những người theo đạo Cơ đốc của ông được hưởng quyền tự do phụng sự Chúa, điều mà ngày nay hiếm có. Một thông điệp thể hiện Tại một khi sự đảm bảo chiến thắng của họ đã hoàn thành công việc của Chúa Kitô và của họ cảm giác khiêm nhường của cái cao những đức tính cần có ở các tôi tớ của Ngài có một sự tươi mới sự liên quan đối với chúng ta bây giờ, khi công việc của Cơ-đốc nhân mọi nơi đều được xét xử.

Xin Chúa đừng ban ân sủng cho chúng ta chỉ để chú ý đến thách thức của nó mà còn tìm cách, trong khi có thời gian để áp dụng các bài học của nó vào lĩnh vực của chúng ta cơ hội.

GIỚI THIỆU - NGỒI, ĐI VÀ ĐỨNG TRONG MỐI QUAN HỆ CỦA CHÚNG TA VỚI THẾ GIỚI THIÊN CHÚA VÀ QUỶ - Phiên bản thứ năm

Nếu đời sống của người Kitô hữu là làm đẹp lòng Thiên Chúa nó phải được điều chỉnh phù hợp với Ngài trong mọi việc.

Chúng ta thường xuyên đặt trọng tâm vào ý kiến riêng của mình cuộc sống khi áp dụng nguyên tắc này đối với một số chi tiết duy nhất về hành vi của chúng tôi hoặc công việc của chúng tôi cho Anh ta. Do đó, chúng ta thường không đánh giá cao một trong hai mức độ điều chỉnh cần thiết hoặc đôi khi thậm chí, điểm mà nó nên bắt đầu. Nhưng Thiên Chúa đo lường mọi sự, từ đầu đến cuối, bằng sự hoàn hảo của Con Ngài. Kinh thánh khẳng định rõ ràng rằng đó là niềm vui của Chúa 'tổng hợp tất cả mọi thứ trong Đấng Christ.. trong Ngài chúng ta cũng được trở nên di sản' (Ê-phê-sô 1. 9-11). Lời cầu nguyện tha thiết của tôi là, trong cuộc thảo luận tiếp theo, mắt chúng ta có thể được mở rộng một lần nữa để thấy rằng chỉ bằng cách đặt toàn bộ nhấn mạnh ở đó rằng chúng ta có thể hy vọng nhận ra mục đích thiêng liêng dành cho chúng ta, đó là 'chúng ta nên để ca ngợi vinh quang của Ngài' (1.12).

Chúng ta sẽ lấy làm nền tảng cho những suy nghĩ của mình thư Thánh Phaolô gửi tín hữu Êphêsô. Giống như rất nhiều lá thư của sứ đồ, lá thư này Thư tín đương nhiên có hai phần, phần giáo lý và phần thực hành. Phần giáo lý (chương 1 đến 3) chủ yếu quan tâm đến những sự thật vĩ đại của sự cứu chuộc mà Thiên Chúa đã thực hiện cho chúng ta Đấng Christ. Sau đó, phần thực hành (Chương 4 đến 6) tiếp tục trình bày cho chúng ta những yêu cầu về hạnh kiểm và lòng nhiệt thành của Cơ Đốc nhân mà Đức Chúa Trời đang đặt ra. trên chúng ta dưới ánh sáng của sự cứu chuộc đó. Cả hai hai nửa có liên quan chặt chẽ với nhau, nhưng sẽ thấy rằng sự nhấn mạnh trong mỗi là khác nhau.

Sau đó, xa hơn, điều thứ hai và rõ ràng hơn một nửa thực tế của bức thư có thể một lần nữa thuận tiện được chia theo chủ đề của nó thành một phần dài đầu tiên từ chương 4. 1 đến 6. 9 và một phần thứ hai và ngắn hơn nhiều từ chương 6. 10
đến cuối. Phần đầu tiên đề cập đến cuộc sống của chúng ta trong giữa thế giới; thứ hai là cuộc xung đột của chúng ta với ma quỷ.

Như vậy, tổng cộng chúng ta có ba phần nhỏ của Thư gửi tín hữu Ê-phê-sô, trình bày tín đồ vị trí trong Chúa Kitô (1. 1-3.21), cuộc sống của Ngài trong thế gian (4. 1-6. 9), và thái độ của ông với kẻ thù (6.10-24). Chúng tôi có thể tóm tắt những điều này như sau:

Ê-phê-sô

A. Giáo lý (Chương 1 đến 3)1. Vị trí của chúng ta trong Đấng Christ (1. 1-3. 21)
B. Thực tế (Chương 4 đến 6)2. Cuộc sống của chúng ta trên thế giới (4. 1-6. 9)3. Thái độ của chúng ta đối với kẻ thù (6. 10-24) Đời sống Kitô hữu. Bức thư chứa đựng rất nhiều sự phong phú về mặt tinh thần nhưng đồng thời lại rất thực tế. Nửa đầu của bức thư bày tỏ cuộc sống của chúng ta

trong Đấng Christ là sự kết hợp với Ngài ở nơi cao nhất trời. Nửa sau cho chúng ta thấy rất thực tế về việc chúng ta sẽ sống một cuộc sống thiên đường như thế nào dưới đây trên trái đất. Ở đây chúng tôi không đề xuất nghiên cứu bức thư một cách chi tiết. Tuy nhiên, chúng ta sẽ chạm vào dựa trên một số nguyên tắc cốt lõi của nó. Vì điều này mục đích chúng ta sẽ chọn một từ khóa trong mỗi ba phần trên để thể hiện những gì chúng tôi tin tưởng là ý tưởng chủ đạo của nó.

Trong phần đầu tiên của bức thư, chúng tôi lưu ý từ ngồi (2.6) là chìa khóa của phần đó và là bí quyết của một trải nghiệm Kitô giáo thực sự. Chúa đã khiến chúng tôi được đồng ngồi với Đấng Christ trên các nơi trên trời, và mọi Kitô hữu phải bắt đầu đời sống thiêng liêng của mình từ nơi nghỉ ngơi đó. Ở phần thứ hai chúng tôi chọn chuyến đi làm (4: 1) thể hiện cuộc sống của chúng ta trong thế giới, đó là chủ đề của nó. Chúng tôi bị thử thách ở đó để thể hiện cách cư xử theo đạo Cơ-đốc của chúng tôi phù hợp với lời kêu gọi cao cả của chúng tôi. Và cuối cùng, trong phần thứ ba chúng ta tìm thấy chìa khóa cho thái độ của chúng ta đối với kẻ thù chứa đựng trong một chữ đứng (6.11), biểu thị vị trí chiến thắng của chúng tôi vào cuối.

Như vậy chúng ta có:.

TỪ KHÓA TRONG Ê-phê-sô

1. Vị trí của chúng ta trong Đấng Christ - 'NGỒI' (2.6)
2. Cuộc sống của chúng ta trong thế giới -'WALK' (4.1)3.
Thái độ của chúng ta đối với kẻ thù - 'ĐỨNG' (6.11)

Đời sống người tín hữu luôn thể hiện những điều này ba khía cạnh- đối với Thiên Chúa, đối với con người và đối với quỷ Satan quyền lực. Để trở nên hữu dụng trong tay Chúa, con người phải được điều chỉnh hợp lý đối với cả ba yếu tố: vị trí, cuộc đời và cuộc chiến của ông. Anh ấy thiếu yêu cầu của Chúa nếu anh ta đánh giá thấp tầm quan trọng của bất kỳ cái nào trong số chúng, vì mỗi cái là một hình cầu trong đó Thiên Chúa sẽ bày tỏ 'vinh quang của ân sủng của mình, mà Ngài đã tự do ban tặng cho chúng ta nơi Người yêu dấu' (1.6).

Vậy thì chúng ta sẽ lấy ba từ này - 'Ngồi' 'Đi', 'Đứng' - làm hướng dẫn cho sự giảng dạy của Thư tín và làm văn bản cho thông điệp hiện tại gửi đến tấm lòng của chúng ta. Chúng ta sẽ thấy điều hữu ích nhất là cần lưu ý cả trật tự và mối liên hệ trong đó chúng đến.

Chương 1 - NGỒI

'Thiên Chúa của Chúa chúng ta là Đức Giêsu Kitô,... đã khiến Người sống lại từ cõi chết, và đặt Ngài ngồi bên hữu Ngài ở các nơi trên trời, vượt xa mọi quyền cai trị, thẩm quyền, quyền lực và sự thống trị, cùng mọi danh hiệu được đặt ra, không chỉ ở thế gian này, mà cả ở thế gian nữa. sắp đến' Ê-phê-sô (1.17-21) .
Và nuôi dạy chúng tôi cùng với anh ấy, và bắt chúng tôi ngồi cùng Ngài ở các nơi trên trời, trong Đức Chúa Giê-xu Christ:... Vì bởi duyên dáng đã được cứu nhờ đức tin; và đó không phải của ừ các bạn: đó là món quà của Thiên Chúa: không phải việc làm, không ai nên tôn vinh' Ê-phê-sô (2. 6-9).

'Chúa... bắt anh ấy ngồi... và bắt chúng tôi ngồi với anh ấy.' Trước tiên chúng ta hãy xem xét ý nghĩa của từ 'ngồi' này. Như chúng tôi đã nói, nó tiết lộ bí mật của cuộc sống thiên đường. Đời sống Kitô hữu không bắt đầu bằng đi dạo; nó bắt đầu bằng việc ngồi. Thời đại Kitô giáo bắt đầu với Chúa Kitô, người mà chúng ta được biết rằng, khi Ngài đã thanh tẩy tội lỗi, Ngài ngồi trên tay hữu của Đấng Chí Cao trên cao' (Hê-bơ-rơ 1. 3).

Với sự thật tương đương, chúng ta có thể nói rằng cá nhân Đời sống Cơ-đốc nhân bắt đầu với một người 'trong Đấng Christ-
- nghĩa là để nói khi bởi đức tin chúng ta thấy mình ngồi cùng với Ngài trên các tầng trời.
Hầu hết Cơ đốc nhân đều mắc sai lầm khi cố gắng đi để có thể ngồi, nhưng đó là sự đảo ngược của trật tự thực sự. Lý trí tự nhiên của chúng ta nói rằng, nếu chúng ta không đi bộ,

làm sao chúng ta có thể đạt được mục tiêu? Chúng ta có thể làm gì đạt được mà không cần nỗ lực? Làm sao chúng ta có thể có được đi đâu nếu chúng ta không di chuyển? Nhưng Kitô giáo là một làm ăn kỳ quặc quá! Ngay từ đầu chúng tôi cố gắng làm bất cứ điều gì, chúng tôi không nhận được gì; nếu chúng ta tìm cách đạt được một cái gì đó, chúng tôi bỏ lỡ tất cả mọi thứ. Đối với Kitô giáo bắt đầu không phải bằng một chữ DO lớn mà bằng một chữ LÀM lớn.

Vì vậy, Ê-phê-sô mở đầu bằng lời tuyên bố rằng Đức Chúa Trời đã ban phước cho chúng tôi với mọi phước lành thiêng liêng trong những nơi trên trời trong Ê-phê-sô của Đấng Christ (1. 3) và chúng ta được mời ngay từ đầu hãy ngồi xuống và tận hưởng những gì Chúa đã làm cho chúng tôi; không bắt đầu cố gắng và đạt được nó cho chính mình." Bước đi ngụ ý nỗ lực, trong khi Chúa nói rằng chúng ta được cứu không phải bởi việc làm, mà là 'nhờ ân sủng
và đức tin' (2. 8). Chúng ta thường xuyên nói về việc 'được cứu nhờ đức tin', nhưng chúng ta có ý gì khi nói điều đó?

Chúng tôi muốn nói điều này, rằng chúng tôi được cứu bằng cách nghỉ ngơi trong Lạy Chúa Giêsu. Chúng tôi đã không làm bất cứ điều gì để cứu chính chúng ta; chúng ta chỉ đơn giản đặt lên Ngài gánh nặng tâm hồn bệnh hoạn tội lỗi của chúng ta. Chúng tôi bắt đầu đời sống Cơ đốc của mình bằng cách không phụ thuộc vào việc làm của chúng ta mà phụ thuộc vào những gì Ngài đã làm. Cho đến khi một người làm được điều này thì anh ta không phải là Cơ-đốc nhân; để nói: Tôi không thể làm gì để tự cứu mình; nhưng bởi ân điển Ngài, Đức Chúa Trời đã làm mọi sự cho tôi Chúa Kitô', là bước bước đầu tiên trong cuộc đời của sự tin tưởng. Đời sống Kitô hữu từ đầu đến cuối đều dựa trên dựa trên nguyên tắc hoàn toàn phụ thuộc vào Lạy Chúa Giêsu.

Ân điển của Chúa không có giới hạn sẵn sàng ban tặng cho chúng ta. Anh ấy sẽ cho chúng ta mọi thứ, nhưng chúng ta không thể nhận được gì ngoại trừ như chúng ta yên nghỉ trong Ngài. "Ngồi" là một thái độ nghỉ ngơi.

Một cái gì đó đã được hoàn thành, công việc dừng lại, và chúng tôi ngồi. Thật nghịch lý nhưng đúng là chúng ta chỉ tiến lên trong đời sống Cơ-đốc khi trước hết chúng ta học cách ngồi xuống.

Việc ngồi xuống thực sự có ý nghĩa gì? Khi chúng ta đi hoặc đứng chúng ta chịu mọi trọng lượng trên đôi chân của mình của cơ thể chúng ta, nhưng khi chúng ta ngồi xuống toàn bộ trọng lượng đè lên chiếc ghế hoặc trường kỷ nơi chúng ta ngồi. Chúng ta trở nên mệt mỏi khi đi hoặc đứng, nhưng chúng ta cảm thấy nghỉ ngơi khi chúng tôi đã ngồi xuống một lúc. TRONG đi bộ hoặc đứng chúng ta tiêu tốn rất nhiều thời gian năng lượng, nhưng khi ngồi xuống chúng ta thư giãn ngay lập tức, bởi vì sự căng thẳng không còn tác động lên cơ bắp của chúng ta nữa và thần kinh nhưng dựa trên một cái gì đó bên ngoài chính chúng ta. Trong lĩnh vực tâm linh cũng vậy, ngồi xuống chỉ đơn giản là nghỉ ngơi toàn bộ sức nặng của chúng ta - gánh nặng của chúng ta, chính chúng ta, tương lai của chúng ta, mọi thứ- vào Chúa. Chúng ta để Ngài chịu trách nhiệm và ngừng tự mình mang nó đi. Đây là nguyên tắc của Đức Chúa Trời ngay từ đầu

Trong sự sáng tạo, Đức Chúa Trời đã làm việc từ đầu đến cuối ngày thứ sáu và nghỉ vào ngày thứ bảy. Chúng ta có thể thành thật nói rằng trong sáu ngày đầu tiên đó, Ngài rất bận. Thế là nhiệm vụ anh tự đặt ra đã hoàn thành. Anh ấy đã ngừng làm việc. Ngày thứ bảy trở thành ngày Sabát của Thiên Chúa; đó là sự yên nghỉ của Chúa.

Nhưng còn Adam thì sao? Anh ấy đã đứng ở đâu mối quan hệ với phần còn lại của Thiên Chúa? Adam, chúng ta được biết, được tạo ra vào ngày thứ sáu. Khi đó rõ ràng là anh ta không có tham gia vào sáu ngày làm việc đầu tiên đó, vì anh ấy đã bước vào chỉ ở cuối của họ. Ngày thứ bảy của Chúa là vào thực tế là lần đầu tiên của Adam. Trong khi Chúa làm việc sáu ngày và sau đó tận hưởng ngày nghỉ ngày Sabát của mình, Adam bắt đầu cuộc sống với ngày Sabát: vì Thiên Chúa làm việc trước mặt Ngài nghỉ ngơi, trong khi con người trước tiên phải vào sự yên nghỉ của Đức Chúa Trời, và sau đó một mình anh ta có thể làm việc. Hơn nữa nó đã bởi vì công trình sáng tạo của Chúa đã thực sự hoàn tất rằng cuộc sống của Adam có thể bắt đầu bằng sự nghỉ ngơi. Và đây là Tin Mừng: Thiên Chúa đã tiến thêm một bước nữa và cũng đã hoàn tất công cuộc cứu chuộc, và rằng chúng ta không cần phải làm gì bất cứ điều gì xứng đáng với nó, nhưng có thể bằng đức tin trực tiếp bước vào những giá trị của Ngài hoàn thành công việc.

Tất nhiên chúng ta biết rằng giữa hai lịch sử sự thật, giữa sự nghỉ ngơi của Đức Chúa Trời trong sự sáng tạo và sự yên nghỉ của Đức Chúa Trời trong sự cứu chuộc, ẩn chứa toàn bộ câu chuyện bi thảm của Tội lỗi và sự phán xét của Adam, của con người không ngừng, lao động vô ích và sự đến của Con của Đức Chúa Trời để làm việc cực nhọc và phó chính mình Ngài cho đến khi hư mất vị trí đã được phục hồi. 'Cha tôi làm việc thậm chí cho đến bây giờ, và tôi làm việc', Anh giải thích khi theo đuổi Cách của anh ấy. Chỉ khi cái giá chuộc tội đã được trả, Ngài mới có thể kêu lên: 'Mọi chuyện đã hoàn tất!'

Nhưng vì tiếng kêu chiến thắng, sự tương tự chúng tôi đã vẽ là một sự thật. Cơ đốc giáo thực sự có nghĩa là Đức Chúa Trời đã làm mọi sự trong Đấng Christ, và rằng chúng ta chỉ đơn giản là bước bằng niềm tin vào việc tận hưởng thực tế đó. Tất nhiên, từ khóa của chúng tôi ở đây không phải là bối cảnh, lệnh 'ngồi xuống' nhưng để xem chúng ta như được 'ngồi' trong Đấng Christ. Phao-lô cầu nguyện rằng con mắt của hoặc trái tim có thể được giác ngộ (1. 18) để hiểu tất cả những gì chứa đựng cho chúng ta trong này sự thật kép, rằng Thiên Chúa có quyền năng mạnh mẽ đầu tiên 'làm cho anh ta ngồi', và sau đó bởi ân sủng 'làm cho chúng tôi ngồi với anh ấy'. Và bài học đầu tiên chúng ta phải học là thế này, rằng công việc ban đầu không phải của chúng tôi mà là của Ngài. Không phải chúng ta làm việc cho Chúa mà là Ngài làm việc cho chúng ta. Đức Chúa Trời ban cho chúng ta vị trí nghỉ ngơi.

Anh ấy mang theo của mình Tác phẩm của Sơn đã hoàn thành và giới thiệu nó với chúng tôi, sau đó Anh ấy nói với chúng tôi, 'Mời ngồi' (ch' eng tso). Lời đề nghị của anh ấy dành cho chúng tôi Tôi nghĩ không thể diễn đạt tốt hơn trong lời mời dự tiệc lớn: 'Hãy đến; vì mọi sự đã sẵn sàng' (Lc 14-17). Của chúng tôi Đời sống Kitô hữu bắt đầu bằng việc khám phá ra điều gì Chúa đã chu cấp. Từ thời điểm này trở đi kinh nghiệm Kitô giáo tiến hành như nó đã bắt đầu, không phải trên cơ sở của riêng chúng ta làm việc nhưng luôn luôn dựa trên công việc đã hoàn thành của Khác. Mỗi trải nghiệm tâm linh mới đều bắt đầu với sự chấp nhận bởi đức tin về những gì Chúa có xong- với cách 'ngồi xuống' mới, nếu bạn thích. Cái này là nguyên tắc của sự sống và là nguyên tắc mà chính Chúa đã bổ nhiệm; và từ đầu đến cuối, mỗi giai đoạn tiếp theo của đời sống Kitô hữu tiếp nối cùng một nguyên tắc được Thiên Chúa ấn định.

Làm thế nào tôi có thể nhận được sức mạnh của Thánh Thần cho dịch vụ? Tôi có phải lao động vì nó không? Tôi có phải cầu xin Chúa không. cho nó? Tôi có phải làm khổ tâm hồn mình bằng việc nhịn ăn và tự từ chối có xứng đáng không? Không bao giờ! Đó không phải là lời dạy của Kinh Thánh.

Hãy suy nghĩ lại: làm thế nào chúng ta nhận được sự tha thứ tội lỗi của chúng ta? Phao-lô cho chúng ta biết rằng đó là 'theo sự phong phú của ân sủng Ngài', và điều này đã được 'ban tặng miễn phí cho chúng ta trong những người Ê-phê-sô yêu dấu' (1. 6, 7).

Chúng tôi đã không làm gì để xứng đáng với điều đó. Chúng tôi có sự cứu chuộc qua huyết Ngài, tức là dựa trên những gì Ngài đã làm.

Vậy thì cơ sở của việc Đức Chúa Trời tuôn đổ là gì? của Thánh Thần? Đó là sự tôn cao của Chúa Giêsu (Công vụ 2.33). Vì Chúa Giêsu đã chết trên Thập Giá, tội lỗi của tôi được tha thứ; bởi vì anh ấy tôi đã được tôn lên ngai vàng chịu đựng với sức mạnh từ trên cao. Món quà duy nhất là không phụ thuộc hơn khác về những gì tôi là hoặc hơn những gì tôi làm. Tôi không xứng đáng được tha thứ, và cũng vậy tôi có đáng được ơn Thánh Thần không? Tôi nhận được mọi thứ không phải bằng cách đi bộ mà bằng cách ngồi xuống, không phải bằng cách làm nhưng bằng cách nghỉ ngơi trong Chúa. Do đó, cũng như không có cần chờ đợi trải nghiệm đầu tiên về sự cứu rỗi, vì vậy không cần phải chờ đợi Thánh Linh tuôn trào. Hãy để tôi đảm bảo với bạn rằng bạn không cần hãy cầu xin Chúa ban món quà này, đừng đau khổ, đừng giữ chặt 'chậm trễ các cuộc họp'. Nó là của bạn không phải vì bạn làm nhưng vì sự tôn cao của Đấng Christ, 'trong Ấy là Đấng mà anh em cũng đã tin, nên đã được đóng ấn với Chúa Thánh Thần của lời hứa'. Điều này, không kém gì sự tha thứ tội lỗi, được chứa đựng trong 'phúc âm của sự cứu rỗi của bạn' (1.13).

Hoặc xem xét một chủ đề khác, một chủ đề chủ đề đặc biệt của Ê-phê-sô. Làm thế nào chúng ta trở thành chi thể của Chúa Kitô? Điều gì phù hợp với chúng ta để trở thành một phần của điều đó Thân xác mà Thánh Phaolô gọi là "sự trọn vẹn của Người"? Chắc chắn chúng ta không bao giờ đến đó bằng cách đi bộ. Tôi là không được kết hợp với Ngài bằng nỗ lực của riêng tôi. "Chỉ có một thân xác và một Thánh Thần, cũng như anh em đã được gọi vào một niềm hy vọng vào sự kêu gọi của bạn' (4. 4). Ê-phê-sô trình bày là gì. Nó bắt đầu với Chúa Giêsu Kitô, và với sự kiện là Thiên Chúa đã chọn chúng ta trong Ngài trước khi thành lập Thiên Chúa. thế giới (1.4). Khi Chúa Thánh Thần chỉ cho chúng ta Đấng Christ và chúng ta tin vào Ngài, rồi ngay lập tức, không có kết hợp với Ngài. Hãy hành động hơn nữa về phần chúng ta, chúng ta sẽ bắt đầu một cuộc sống trong đó. Nhưng nếu tất cả những điều này trở thành của chúng ta chỉ bởi đức tin, thì điều gì bây giờ lại rất cấp bách và vấn đề thực tế của sự thánh hóa của chúng ta? Chúng ta có thể làm thế nào biết sự giải thoát hiện tại khỏi sự thống trị của tội lỗi? Thế nào là 'Ông già' của chúng ta, người đã theo dõi chúng ta và gặp rắc rối chúng tôi trong nhiều năm, bị 'đóng đinh' và bỏ đi? Một lần một lần nữa bí mật không phải ở việc đi mà là ngồi; không trong việc làm nhưng trong việc nghỉ ngơi trong việc gì đó đã được thực hiện.

'Chúng tôi đã chết phạm tội', chúng ta 'đã chịu phép rửa... cho đến chết'. 'Chúng tôi đã được chôn cùng với anh ta.' 'Chúa ... đã làm cho chúng tôi nhanh chóng cùng với Đấng Christ.' (Rô-ma 6. 2, 3, 4; Ê-phê-sô 2. 5.) Tất cả những điều này câu nói ở thì quá khứ (aorist). Tại sao lại là cái này? Vì Chúa Giêsu đã bị đóng đinh bên ngoài Jerusalem gần hai ngàn năm trước, và tôi đã bị đóng đinh với Ngài. Đây là sự thật lịch sử vĩ đại. Qua nó kinh nghiệm của anh ấy bây giờ đã trở thành tinh thần của tôi lịch sử, và Chúa có thể nói về tôi như đã có mọi thứ 'với Ngài'. Tất cả những gì tôi có bây giờ tôi có 'với Chúa Kitô'. Trong Kinh thánh chúng ta không bao giờ tìm thấy những điều này những điều được nói đến như trong tương lai, thậm chí cũng không phải là mong muốn ở hiện tại. Chúng là sự thật lịch sử của Đấng Christ, mà tất cả những ai chúng ta tin đều được vào đã vào.

'Với Chúa Kitô' - bị đóng đinh, sống lại, sống lại, đặt trong những điều nặng nề: đối với tâm trí con người những ý tưởng này cũng không kém phần khó hiểu so với những lời Chúa Giêsu nói với Nicôđêmô trong Giăng 3.3. Ở đó có một câu hỏi về làm thế nào để được sinh ra lần nữa. Ở đây còn có một điều gì đó thậm chí còn khó xảy ra hơn - một điều gì đó không chỉ có thể xảy ra. tác động vào chúng ta như một sự tái sinh, nhưng được nhìn thấy và được chấp nhận là của chúng tôi vì nó đã được thực hiện từ lâu trong Người khác. Làm sao có chuyện như vậy được là? Chúng tôi không thể giải thích. Chúng ta phải nhận nó từ Chúa như điều Ngài đã làm. Chúng ta không được sinh ra với Đấng Christ, nhưng chúng ta đã bị đóng đinh với Ngài (Ga. 2.20). Do đó, sự kết hợp của chúng tôi với Ngài bắt đầu với Cái chết của anh ấy. Đức Chúa Trời đã bao gồm chúng ta vào trong Ngài ở đó. Chúng tôi đã 'với Ngài' bởi vì chúng ta 'ở trong Ngài'.

Nhưng làm sao tôi có thể chắc chắn rằng tôi đang "ở trong Đấng Christ"? TÔI có thể chắc chắn vì Kinh Thánh khẳng định như vậy, và chính Chúa đã đưa tôi vào đó. 'Của anh ấy [Đức Chúa Trời] anh em ở trong Chúa Giê-xu Christ' (1 Cô-rinh-tô 1. 30). 'Anh ấy đó làm vững bền chúng tôi với anh em trong Đấng Christ là Đức Chúa Trời' (2 Cô-rinh-tô 1:21). Đó là điều gì đó được Ngài thực hiện trong sự khôn ngoan tối cao của Ngài, để được nhìn thấy, tin tưởng, được chúng tôi chấp nhận và vui mừng.

Nếu tôi đặt một tờ đô la vào giữa các trang giấy tạp chí, rồi đốt tạp chí,
tờ đô la ở đâu? Nó đã đi theo cách tương tự như tạp chí-thành tro. Cái này đi đâu cái kia cũng đi. Lịch sử của họ đã trở thành một. Nhưng, cũng giống như một cách hiệu quả, Đức Chúa Trời đã đặt chúng ta trong Đấng Christ. Cái gì đã xảy ra với Ngài cũng đã xảy ra với chúng ta. Tất cả những kinh nghiệm Ngài đã gặp, chúng ta cũng đã gặp trong Ngài.

'Của chúng tôi ông già bị đóng đinh với anh ta, cơ thể của tội lỗi có thể được xóa bỏ, để chúng ta không còn làm nô lệ cho tội lỗi nữa' (Rô-ma 6:6). Đó không phải là một lời kêu gọi đấu tranh. Đó là lịch sử: của chúng ta lịch sử, được viết trong Đấng Christ trước khi chúng ta được sinh ra. Bạn có tin điều đó không ? Đúng rồi! Sự đóng đinh của chúng tôi với Đấng Christ là một sự kiện lịch sử vinh hiển. Sự giải thoát của chúng tôi khỏi tội lỗi không dựa trên những gì chúng ta có thể làm, thậm chí không vào những gì Chúa sắp làm cho chúng ta, nhưng vào những gì Ngài đã làm cho chúng ta trong Đấng Christ rồi. Khi sự thật đó sáng lên trên chúng ta và chúng ta nghỉ ngơi trên đó (Rô-ma 6. 11), thì chúng ta đã tìm được bí quyết của đời sống thánh thiện. Nhưng sự thật là chúng ta biết quá ít về điều này trong kinh nghiệm. Hãy xem xét một ví dụ.

Nếu ai đó đưa ra một nhận xét rất không tử tế về bạn trong sự hiện diện, làm thế nào để bạn đáp ứng tình hình? Bạn mím môi, nghiến răng, nuốt hãy cứng rắn và nắm chắc lấy chính mình; và nếu với một nỗ lực tuyệt vời, bạn cố gắng ngăn chặn tất cả các dấu hiệu oán giận và đáp lại bằng sự lịch sự hợp lý, bạn cảm thấy bạn đã đạt được một chiến thắng vĩ đại. Nhưng sự oán giận vẫn còn đó; nó chỉ đơn thuần được che phủ hướng lên. Và đôi khi bạn thậm chí không thành công trong che phủ nó. Rắc rối là gì? Rắc rối là ở chỗ đó bạn đang cố gắng bước đi trước khi bạn ngồi xuống, và theo cách đó chắc chắn sẽ thất bại. Hãy để tôi nhắc lại: không Kinh nghiệm của Cơ Đốc nhân bắt đầu bằng việc bước đi, nhưng luôn luôn bằng việc ngồi xuống. Bí mật của sự giải thoát khỏi tội lỗi không phải là làm điều gì đó mà là hãy yên nghỉ trên những gì Chúa đã làm.

Chuyện có thật về người kỹ sư có vợ ngoại tình

Một kỹ sư sống ở một thành phố lớn ở phía Tây rời quê hương đi Viễn Đông. Anh ấy đã đi xa trong hai hoặc ba năm, và trong thời gian anh vắng mặt, vợ anh đã không chung thủy với anh ta và bỏ đi với một trong những người của anh ta những người bạn tốt nhất. Khi trở về nhà, anh thấy mình có mất vợ, hai con và người bạn thân nhất của mình. Tại kết thúc cuộc họp mà tôi đang diễn thuyết, điều này người đàn ông đau buồn đã trút bỏ gánh nặng cho tôi. 'Ngày đêm trong hai năm vững chắc trái tim tôi đã đầy hận thù', anh nói. 'Tôi là một người theo đạo Thiên chúa và tôi đã biết Tôi nên tha thứ cho vợ và bạn tôi, nhưng mặc dù tôi cố gắng và cố gắng tha thứ cho họ, nhưng tôi chỉ đơn giản là không thể. Mỗi ngày tôi quyết tâm yêu thương họ, và mỗi ngày ngày tôi thất bại. Tôi có thể làm gì với nó?" Không làm gì cả tất cả," tôi trả lời. 'Ý bạn là gì?" anh hỏi, giật mình. 'Tôi có nên tiếp tục ghét họ không?' Vì vậy tôi giải thích: 'Giải pháp cho vấn đề của bạn nằm ở đây, rằng khi Chúa Giêsu chết trên Thập Giá, Ngài không chỉ gánh lấy tội lỗi của bạn nhưng Ngài gánh lấy bạn cũng vậy. Khi Ngài bị đóng đinh, ông già của bạn đã bị đóng đinh trong Ngài, để cái "ngươi" không thể tha thứ đó, người đơn giản là không thể yêu những người đã làm điều sai trái bạn, đã bị đưa ra khỏi con đường của Ngài cái chết.

Đức Chúa Trời đã giải quyết toàn bộ tình huống trong Vượt qua, và bạn sẽ không còn gì để giải quyết nữa. Chỉ cần nói với Ngài: "Lạy Chúa, con không thể yêu và con từ bỏ đang cố gắng, nhưng tôi trông cậy vào tình yêu hoàn hảo của Ngài. Tôi không thể hãy tha thứ, nhưng tôi tin rằng Ngài sẽ tha thứ thay cho tôi, và từ nay trở đi sẽ tha thứ cho tôi." Người đàn ông ngồi đó kinh ngạc nói: "Chỉ vậy thôi." quá mới mẻ, tôi cảm thấy mình phải làm gì đó với nó." Sau đó một Một lúc sau anh ấy lại nói thêm, 'Nhưng tôi có thể làm gì?' "Chúa đang đợi cho đến khi bạn ngừng làm việc đó," tôi nói. 'Khi bạn ngừng làm, thế thì Chúa sẽ bắt đầu. Bạn có đã bao giờ cố gắng cứu một người đàn ông chết đuối chưa? Rắc rối là rằng nỗi sợ hãi của anh ấy ngăn cản anh ấy tin tưởng vào bạn. Khi đã như vậy thì chỉ có hai cách để đi về nó. Hoặc bạn phải đánh anh ta bất tỉnh rồi kéo anh ta vào bờ, nếu không bạn phải để anh ta vùng vẫy và hét lên cho đến khi sức mạnh của anh ta nhường đường trước khi bạn đến giải cứu anh ấy. Nếu bạn cố gắng cứu anh ta trong khi anh ta còn chút sức lực nào, anh ta sẽ trong nỗi kinh hoàng của hắn, tóm lấy bạn và kéo bạn xuống, và cả anh ấy và bạn sẽ bị lạc. Chúa đang chờ đợi bạn kho sức mạnh hoàn toàn cạn kiệt trước mặt Ngài có thể giao hàng cho bạn. Một khi bạn đã ngừng đấu tranh,

Anh ấy sẽ làm mọi thứ. Chúa đang chờ đợi bạn tuyệt vọng.'

Người bạn kỹ sư của tôi nhảy dựng lên. 'Anh trai', anh ấy nói: 'Tôi đã nhìn thấy nó. Ngợi khen Chúa, bây giờ mọi việc đều ổn với Tôi! Chẳng có gì cho tôi làm cả. Anh ấy đã làm được tất cả!'
Và với khuôn mặt rạng rỡ, anh ta vui mừng ra đi.

Chúa ban cho

Trong tất cả các dụ ngôn trong Tin Mừng, dụ ngôn về Tôi nghĩ đứa con hoang đàng là minh họa tuyệt vời nhất về con đường làm vui lòng Chúa. Cha nói: 'Thật là vui vẻ và hân hoan' (Lu-ca 15.32), và qua những lời này Chúa Giêsu mạc khải nó là gì rằng, trong lĩnh vực cứu chuộc, tối cao làm vui lòng Cha Ngài. Đó không phải là anh trai người làm việc không ngừng nghỉ vì cha nhưng lại là người trẻ hơn người anh để cha làm mọi việc cho mình. Nó tôi không phải là một người anh trai luôn muốn trở thành người cho đi mà là người em luôn sẵn sàng
là người nhận. Khi đứa con hoang đàng trở về về nhà, lãng phí tài sản vào
cuộc sống phóng túng, người cha không một lời trách mắng

con. lãng phí cũng không một lời hỏi thăm về chất này. Anh không buồn vì tất cả những điều đó đã tiêu; anh ấy chỉ vui mừng vì có cơ hội sự trở lại của con trai đã giúp anh ta có thể chi tiêu nhiều hơn.

Đức Chúa Trời giàu có đến nỗi niềm vui chính của Ngài là đưa cho. Kho báu của anh ta đầy đến nỗi thật đau đớn Ngài khi chúng ta từ chối Ngài một cơ hội phung phí những kho báu đó cho chúng ta. Niềm vui của người cha là tìm được ở đứa con hoang đàng. người xin áo choàng, nhẫn, giày và tiệc; đó là nỗi buồn của anh ấy khi ở đứa con trai lớn, anh ấy không tìm thấy ứng viên nào như vậy Đó là nỗi đau xót trong lòng Chúa khi chúng ta cố gắng cung cấp mọi thứ cho Ngài. Anh ấy là rất, rất giàu có. Điều đó mang lại cho Ngài niềm vui thực sự khi chúng ta cứ để Ngài ban cho, ban cho và ban lại cho chúng ta. Nó là Ngài cũng đau buồn khi chúng ta cố gắng làm điều gì đó cho Ngài, vì Ngài rất rất có khả năng. Anh ấy khao khát rằng chúng ta sẽ chỉ để Ngài làm, làm và làm. Anh ấy muốn trở thành Người ban tặng vĩnh viễn và anh ấy muốn trở thành Người làm vĩnh viễn. Giá như chúng ta thấy được giàu có và vĩ đại như thế nào Đúng vậy, chúng ta sẽ bỏ lại tất cả những gì cho đi và tất cả những gì đang làm với Ngài.

Bạn có nghĩ rằng nếu bạn ngừng cố gắng làm hài lòng Chúa ơi, hành vi tốt của bạn sẽ chấm dứt? Nếu bạn đi tất cả sự cho đi và tất cả công việc cho Chúa, bạn có nghĩ rằng kết quả sẽ kém khả quan hơn nếu bạn làm một số việc đó? Đó là khi chúng ta tìm cách tự mình làm điều đó rằng chúng ta lại đặt mình dưới Luật pháp.

Nhưng công việc của Luật pháp, ngay cả những nỗ lực tốt nhất của chúng tôi cũng là ' công việc chết', bị Chúa ghét vì không hiệu quả. TRONG chuyện ngụ ngôn, cả hai người con đều xa cách như nhau từ niềm vui của nhà cha. Đúng là trưởng lão Con trai không ở xa mà chỉ ở nhà về mặt lý thuyết.

'Đã bao nhiêu năm tôi phục vụ ngài, vậy mà...: trái tim anh ấy vẫn chưa tìm thấy sự bình yên. Lý thuyết của ông vị trí không bao giờ có thể, giống như của đứa con hoang đàng, đạt được được anh ấy tận hưởng trong khi anh ấy vẫn bám vào
những việc làm tốt của mình, Chỉ cần bạn ngừng 'cho đi', và bạn sẽ chứng minh được Đức Chúa Trời là Đấng Ban Cho biết bao! Hãy ngừng "làm việc" và bạn sẽ hãy khám phá xem Anh ấy là một Công nhân như thế nào! Con trai út tất cả đều sai, nhưng anh ấy về nhà và tìm thấy nghỉ ngơi - và đó là nơi cuộc sống Kitô giáo bắt đầu. 'Chúa, giàu lòng thương xót, vì tình yêu cao cả mà Ngài đã yêu thương chúng ta... Làm cho chúng ta được cùng ngồi với Ngài trên các nơi trên trời, trong Chúa Giêsu Kitô' (Eph. 2. 4, 6). 'Nó đã được gặp để hãy vui vẻ và hân hoan!'

Chương 2 - ĐI BỘ

Chúng tôi đã tìm cách làm rõ rằng Christian trải nghiệm không bắt đầu bằng việc đi bộ mà bằng ngồi. Mỗi lần chúng ta đảo ngược trật tự thiêng liêng kết quả là thảm họa. Chúa Giêsu đã làm tất cả mọi thứ cho chúng tôi, và nhu cầu của chúng tôi bây giờ là nghỉ ngơi tin cậy nơi Ngài. Ngài đang ngồi trên ngai vàng, vì thế chúng ta được sức mạnh của Ngài nâng đỡ. No không thể nhấn mạnh quá mạnh rằng tất cả tinh thần thực sự kinh nghiệm bắt đầu từ sự nghỉ ngơi.

Nhưng nó chưa hết ở đây. Thông qua Đời sống Cơ Đốc bắt đầu bằng việc ngồi, sau việc ngồi luôn là việc đi bộ. Khi chúng ta đã từng tốt và thực sự ngồi và đã tìm thấy sức mạnh của chúng tôi khi ngồi xuống, trên thực tế chúng ta bắt đầu bước đi.

Việc ngồi mô tả vị trí của chúng ta với Đấng Christ trong thiên đường. Đi bộ là hoạt động thực tế của vị trí thiên đường đó trên trái đất. Với tư cách là thiên đường những người mà chúng ta được yêu cầu phải chịu dấu ấn đó thiên đàng trên chúng ta trong hành vi trần thế của chúng ta, và điều này đặt ra những vấn đề mới. Thế thì sao, bây giờ chúng ta phải hãy hỏi, Ê-phê-sô có nói với chúng ta về việc bước đi không? Chúng ta sẽ thấy rằng Thư tín thúc giục chúng ta hai điều.

Bây giờ chúng ta sẽ xem xét điều đầu tiên trong số đó. Vậy, là tù nhân trong Chúa, tôi nài xin anh em hãy
bước đi xứng đáng với ơn gọi mà anh em đã được kêu gọi, với tất cả sự thấp hèn và hiền lành...' (4.1,2).
"Tôi nói điều này... rằng các bạn không còn bước đi như dân ngoại nữa cũng bước đi, trong sự phù phiếm của tâm trí

họ... Nhưng...rằng các ngươi sẽ được đổi mới trong tinh thần của tâm trí bạn'(4. 17, 23).

'Hãy bước đi trong tình yêu thương như Đấng Christ đã yêu thương anh em, và đã hiến thân vì bạn' (5.2, mg.).
"Hãy bước đi như những đứa trẻ của ánh sáng,... chứng minh điều gì là tốt- đẹp lòng Chúa' (5.8, 10).
Tám lần trong Ê-phê-sô từ "bước đi" có nghĩa là đã sử dụng. Nó có nghĩa đen là "đi vòng quanh", và được Phao-lô dùng theo nghĩa bóng ở đây có nghĩa là "trục xuất". chính mình', 'ra lệnh cho hành vi của mình'. Nó ngay lập tức mang đến cho chúng ta chủ đề Cơ đốc giáo. hành vi, và phần thứ hai của bức thư
chủ yếu đề cập đến vấn đề này. Nhưng trước đó chúng ta đã thấy rằng Thân Mình Chúa Kitô, tình hiệp thông của người Kitô hữu những người tin Chúa, là một chủ đề quan trọng khác của sách Ê-phê-sô.

Bây giờ, ở đây trong chương 4, nó dựa trên quan điểm như vậy mối thông công mà chúng ta nhận thấy vấn đề bước đi thánh thiện này
nảy sinh. Thánh Phaolô tiếp tục, dưới ánh sáng thiên thượng của chúng ta kêu gọi, thách thức chúng tôi trên toàn bộ lĩnh vực của chúng tôi các mối quan hệ trong nước và công cộng, xưng hô với hàng xóm, với chồng và vợ, cha mẹ và con cái, người chủ và người làm thuê, tất cả đều một cách thực tế nhất.

Chúng ta hãy nói rõ rằng Thân Thể Chúa Kitô không một cái gì đó xa vời và không thực tế, chỉ được thể hiện theo nghĩa thiên đường. Nó rất hiện tại và thiết thực, tìm ra thử thách thực sự về cách ứng xử của chúng ta trong các mối quan hệ của chúng ta với những người khác. Vì sự thật là chúng ta là thiên thần con người, chỉ nói về thiên đường xa xôi cũng vô ích.

Trừ khi chúng ta mang thiên đường vào nơi ở của mình và văn phòng, cửa hàng và nhà bếp của chúng ta, và thực hành nó ở đó, nó sẽ vô nghĩa. Tôi có thể đề nghị được không điều này, các bạn thân mến, rằng những ai là cha mẹ và những đứa trẻ nhìn qua cái Mới Di chúc để xem cha mẹ nên là gì và trẻ em nên được? Chúng ta có thể ngạc nhiên, vì tôi sợ trong số chúng tôi nói rằng chúng tôi đang ngồi trên thiên đường nhiều trong Đấng Christ thể hiện một bước đi rất đáng nghi ngờ trong chúng ta nhà cửa. Và cả những người chồng, cả những người vợ nữa; có khá nhiều đoạn dành cho họ. Đọc
Ê-phê-sô 5, rồi lật sang 1 Cô-rinh-tô 7. Nó sẽ làm điều tốt cho mọi người chồng và mọi người vợ hãy đọc kỹ chương sau để khám phá xem điều gì đời sống hôn nhân đích thực - một cuộc sống thiêng liêng trước mặt Chúa và không chỉ về mặt lý thuyết- nhu cầu. Bạn không dám lý thuyết về một điều rất thiết thực.

Bây giờ hãy nhìn xem, trong lĩnh vực các mối quan hệ Cơ-đốc giáo, những mệnh lệnh của Đức Chúa Trời trong phần trước mắt chúng ta thẳng thắn biết bao. 'Đi cùng nhịn nhục và chịu đựng lẫn nhau.' ;Hãy bỏ đi sự giả dối, mỗi người hãy nói sự thật theo ý mình hàng xóm.' 'Hãy tức giận và đừng phạm tội.' 'Ăn trộm không hơn.' 'Hãy để mọi cay đắng ... được cất bỏ khỏi bạn.' tha thứ cho nhau' 'Chủ đề 'Hãy tử tế chính mình với nhau.' 'Đừng khiêu khích.' Là nghe lời.' 'Đừng đe dọa nữa. Không có gì có thể thực tế hơn danh sách mệnh lệnh này.
...Hãy để tôi nhắc bạn rằng Chúa Giêsu Chính Ngài bắt đầu lời giảng dạy của Ngài theo chính điểm này.
Hãy chú ý cẩn thận cách diễn đạt của đoạn văn này từ Bài giảng trên núi của Ngài: 'Các ngươi đã nghe điều đó có câu: Mắt đền mắt, răng đền răng: nhưng tôi nói với các bạn: Đừng chống cự kẻ ác: nhưng ai vả má bên phải của ngươi, hãy quay lại anh ấy cũng vậy. Và nếu có người đàn ông nào

đi theo luật với bạn, và cởi áo khoác của bạn ra, để anh ấy lấy của bạn áo choàng cũng vậy. Và bất cứ ai buộc bạn phải đi một dặm, hãy đi với anh ấy đôi. Đưa cho anh ấy điều đó hỏi bạn, và hình thành anh ta sẽ mượn ngươi đừng quay đi.
Bạn đã nghe người ta
nói rằng: Bạn hãy yêu người lân cận và ghét người hàng xóm của mình. kẻ thù: nhưng tôi nói với bạn: Hãy yêu kẻ thù của bạn và hãy cầu nguyện cho những kẻ bắt bớ bạn; rằng bạn có thể con cái của Cha các ngươi ở trên trời: vì Ngài khiến mặt trời mọc lên để soi xét kẻ ác cũng như người tốt, và hãy gửi mưa cho người công chính và người bất công. Vì nếu bạn Hãy yêu những người yêu bạn thì bạn được thưởng gì? LÀM thậm chí cả công chúng cũng không giống nhau? Và nếu các ngươi chỉ chào anh em mình thì có gì hơn những người khác?
Ngay cả dân ngoại cũng không giống nhau sao? Vì vậy, các bạn sẽ hoàn hảo như Cha các ngươi trên trời là Đấng hoàn thiện.'
(Matt. 5. 38-48.)
'Nhưng, bạn nói, 'Tôi không thể làm được. đó là những yêu cầu không thể thực hiện được.' Có thể, giống như
người bạn kỹ sư của tôi, bạn cảm thấy mình đã bị đối xử bất công - có lẽ bị đối xử vô cùng sai trái- và bạn không thể tự mình làm được tha thứ. Bạn ở bên phải, còn kẻ thù của bạn hành động đó hoàn toàn bất công. Yêu anh ấy có thể là lý tưởng nhưng điều đó là không thể.

SỰ HOÀN HẢO CỦA NGƯỜI CHA

Kể từ ngày Adam ăn trái cây cây kiến thức, con người đã tham gia vào
việc quyết định điều gì là tốt và điều gì là xấu. Tự nhiên con người đã xây dựng nên những tiêu chuẩn riêng của mình về quyền và sai trái, công lý và bất công, và phấn đấu để sống theo họ. Tất nhiên, là Cơ-đốc nhân, chúng ta khác nhau. Đúng, nhưng chúng ta khác nhau ở điểm nào? Kể từ khi chúng tôi đã chuyển đổi một ý thức mới về sự công bình đã được được phát triển trong chúng ta, và kết quả là chúng ta cũng vậy, hoàn toàn đúng, bận tâm với câu hỏi về điều tốt và cái ác. Nhưng liệu chúng ta có nhận ra rằng đối với chúng ta điểm bắt đầu là một điểm khác? Chúa Kitô là đối với chúng ta Cây đời. Chúng ta không bắt đầu từ vấn đề đạo đức đúng sai. Chúng ta không bắt đầu từ đó cây khác. Chúng ta bắt đầu từ Ngài; và toàn bộ câu hỏi dành cho chúng ta là về Cuộc sống.

Không có gì gây thiệt hại lớn hơn cho chúng ta Lời chứng của Cơ đốc nhân hơn là việc chúng ta cố gắng làm người đúng và
đòi hỏi quyền của người khác. Chúng ta trở thành bận tâm về điều gì đúng và điều gì không đúng. Chúng ta
tự hỏi mình đã công bằng hay bất công? được điều trị? và chúng tôi nghĩ như vậy để biện minh cho hành động của mình.

Nhưng đó không phải là tiêu chuẩn của chúng tôi. Toàn bộ câu hỏi dành cho chúng ta là một trong những người mang thập tự giá. Bạn hỏi tôi, nó có phù hợp với ai đó đánh vào má tôi à?' Tôi trả lời: 'Tất nhiên là không!
Nhưng câu hỏi là, bạn chỉ muốn đúng thôi phải không?' Là Cơ-đốc nhân, mức sống của chúng ta không bao giờ có thể 'đúng hay sai', mà là Thập giá. Nguyên tắc của Thập giá là

nguyên tắc ứng xử của chúng tôi. Ngợi khen Chúa rằng Ngài khiến mặt trời của Ngài soi sáng kẻ ác và người tốt. Với Ngài đó là vấn đề ân sủng của Ngài chứ không phải vấn đề đúng hay sai. Nhưng đó cũng là tiêu chuẩn của chúng tôi:

'Hãy tha thứ cho nhau như Thiên Chúa ở trong Chúa Kitô đã tha thứ cho bạn' (4. 32). 'Đúng hay sai' là nguyên tắc của người ngoại và người thu thuế. Cuộc đời tôi phải được quản lý bởi nguyên tắc Thập giá và về sự hoàn hảo của Chúa Cha: 'Vậy nên các ngươi sẽ là hoàn hảo như Cha anh em trên trời là Đấng hoàn thiện.

Câu chuyện có thật về một người anh

Một anh em ở miền Nam Trung Quốc có một cánh đồng lúa ở giữa đồi. Trong thời gian hạn hán, ông đã sử dụng một bánh xe nước, hoạt động nhờ máy chạy bộ, để nâng nước lên từ dòng nước tưới vào cánh đồng của mình. Của anh ấy người hàng xóm có hai cánh đồng bên dưới, và một đêm nọ, ông đã chọc thủng bờ phân cách và thoát nước. tất cả nước của anh ấy Khi người bận tâm sửa chữa sự vi phạm và bơm thêm nước vào, người hàng xóm của anh ta đã làm điều đó điều tương tự một lần nữa, và điều này được lặp lại ba hoặc bốn lần . Vì thế anh đã tham khảo ý kiến của anh em mình. 'Tôi đã thử hãy kiên nhẫn và không trả thù," anh ấy nói, "nhưng điều đó có đúng không?" Sau khi họ cùng nhau cầu nguyện về điều đó, một trong số họ trả lời: 'Nếu chúng ta chỉ cố gắng làm điều đúng đắn, chắc chắn chúng ta là những Kitô hữu rất nghèo. Chúng ta phải làm một cái gì đó nhiều hơn những gì là đúng.' Anh em đã rất ấn tượng. Sáng hôm sau anh bơm nước tưới cho hai cánh đồng bên dưới và vào buổi chiều anh ấy đã bơm nước cho cánh đồng của mình. Sau đó nước vẫn còn trong ruộng của mình. Hàng xóm của anh ấy là vậy ngạc nhiên trước hành động của anh ta nên anh ta bắt đầu hỏi lý do, và theo thời gian, anh ấy cũng trở thành một Cơ Đốc nhân.

Vì vậy, thưa anh em, đừng đứng về phía bên phải của mình. Đừng cảm thấy rằng vì đã đi được
dặm thứ hai nên bạn đã làm được điều đúng đắn. Dặm thứ hai là chỉ điển hình của thứ ba và thứ tư. Các nguyên tắc là sự phù hợp với Chúa Kitô. Chúng ta có không có gì để đại diện, không có gì để yêu cầu hay đòi hỏi. Chúng tôi chỉ phải cho. Khi Chúa Giêsu chết vào ngày Cross, Ngài không làm vậy để bảo vệ 'quyền lợi' của chúng ta; đó là ân điển đã đưa Ngài đến đó. Giờ đây, với tư cách là con cái của Ngài, chúng ta luôn cố gắng đưa cho người khác những gì họ đáng được hưởng và hơn. Chúng ta phải nhắc nhở bản thân rằng chúng ta thường không phải. Chúng ta thất bại và học hỏi luôn là điều tốt hình thành những thất bại của chúng ta - sẵn sàng thú nhận và
sẵn sàng vượt xa những gì cần thiết để làm như vậy.

Chúa muốn điều này. Tại sao? "Để các ngươi có thể là con trai của Cha các ngươi ở trên trời' (Mt 5, 45). Các câu hỏi là một trong những quyền làm con thực tế. Đúng là Chúa có 'đã định trước cho chúng ta được nhận làm con nuôi thông qua Chúa Giêsu Kitô' (1. 5), nhưng chúng ta đã phạm sai lầm nghĩ rằng chúng ta đã 'đến tuổi'—rằng chúng ta đã là những đứa con trai trưởng thành rồi. Bài giảng trên Mount dạy chúng ta rằng trẻ em đạt được mục tiêu trách nhiệm của con trai trong mức độ mà chúng thể hiện mối quan hệ họ hàng về tinh thần và thái độ với họ Bố. Chúng ta được kêu gọi trở nên 'hoàn hảo' trong tình yêu, thể
hiện ân sủng của Ngài. Vì thế Phaolô cũng viết: 'Vậy anh em hãy bắt chước Thiên Chúa như con cái yêu dấu; và bước vào hãy yêu thương, như Đấng Christ đã yêu thương anh em và ban cho anh ấy ủng hộ bạn' (5.1,2, mg.). Chúng ta đang phải đối mặt với một thách thức. Matthew 5

bộ một tiêu chuẩn mà chúng ta có thể cảm thấy là không thể cao được, và Phao-lô trong phần này của Ê-phê-sô xác nhận điều đó.

Vấn đề là chúng ta không tìm thấy ở chính mình về bản chất là phương tiện để đạt được tiêu chuẩn đó-để bước đi 'như những vị thánh trở thành' (5. 3). Vậy thì nằm ở đâu yêu cầu?
câu trả lời. đối với vấn đề của chúng ta về sự đòi hỏi chính xác của Chúa Theo lời của Thánh Phaolô, bí mật là "quyền năng hoạt động trong chúng ta" (3. 20). Trong một đoạn văn song song (Col. 1. 29) ông nói: 'Tôi cũng lao động, phấn đấu theo tác phẩm của Ngài tác động mạnh mẽ trong tôi.

Chúng tôi trở lại một lần nữa trong phần đầu tiên của Ê-phê-sô. Sức mạnh bí mật của
đời sống Kitô hữu là gì? Nó có sức mạnh từ đâu? Để tôi cho bạn hãy trả lời trong một câu: Bí mật của người theo đạo Thiên chúa là sự yên nghỉ của anh ấy trong Chúa Kitô. Quyền lực của anh ta bắt nguồn từ
vị trí được Chúa ban cho. Tất cả những ai ngồi đều có thể đi bộ, vì trong nghĩ tới Chúa, cái này nối tiếp cái kia một cách tự phát. Chúng ta ngồi mãi mãi với Đấng Christ mà chúng ta có thể đi bộ liên tục trước đàn ông.

Từ bỏ vì một khoảnh khắc chúng ta được nghỉ ngơi trong Ngài, và ngay lập tức chúng ta bị vấp ngã và lời chứng của chúng ta trên thế giới là hoen ố. Nhưng cứ ở trong Đấng Christ và vị trí của chúng ta ở đó đảm bảo sức mạnh để bước đi xứng đáng với Ngài ở đây. Nếu như bạn mong muốn một minh họa về loại tiến bộ này,
trước hết hãy nghĩ không phải về một vận động viên chạy trong một cuộc đua mà là về một người đàn ông ngồi trên ô tô, hay tốt hơn nữa là một người què trên một cỗ xe chạy bằng điện dành cho người khuyết tật. Anh ấy làm nghề gì?

Anh ta đi- nhưng anh ấy cũng ngồi. Và anh ấy tiếp tục đi vì anh ấy vẫn ngồi. Sự tiến bộ của anh ấy diễn ra sau vị trí mà anh ta đã được đặt vào. Cái này của Tất nhiên, đó là một bức tranh còn xa mới hoàn hảo về Cơ-đốc nhân. cuộc sống, nhưng nó có thể nhắc nhở chúng ta rằng hành vi của chúng ta và cách cư xử về cơ bản phụ thuộc vào
sự yên nghỉ bên trong của chúng ta trong Đấng Christ.

Điều này giải thích ngôn ngữ của Paul ở đây. Lần đầu tiên anh ấy học cách ngồi. Anh đã đến nơi an nghỉ Chúa. Kết quả là việc bước đi của anh ta không dựa vào những nỗ lực mà là vào hoạt động nội tâm mạnh mẽ của Chúa. Ở đó là bí mật về sức mạnh của anh ấy. Paul đã nhìn thấy chính mình ngồi trong Chúa Kitô; do đó bước đi của anh ấy trước đàn ông mang đặc tính của Chúa Kitô ngự trong người ấy. Điều ngạc nhiên nhỏ là ông đã cầu nguyện cho người Ê-phê-sô:

“Xin Chúa Kitô ngự trong lòng anh em qua đức tin' (3.17). Đồng hồ đeo tay của tôi hoạt động như thế nào? Bằng cách di chuyển đầu tiên, hay do bị di chuyển? Tất nhiên là như vậy vì đầu tiên nó được chuyển động bởi một sức mạnh bên ngoài nó. Sau đó chỉ nó mới thực hiện được công việc mà nó được thiết kế.

Và có những công việc mà chúng tôi cũng được thiết kế để thực hiện. ‘Chúng ta là việc Ngài làm ra, đã được dựng nên trong Đức Chúa Giê-su Christ vì những việc lành mà Thiên Chúa đã chuẩn bị từ trước để chúng ta nên bước đi trong đó' (2. 10). 'Hãy tự mình làm việc sự cứu rỗi trong sự sợ hãi và run rẩy,” Phao-lô viết cho người Phi-líp, 'vì chính Đức Chúa Trời hành động trong anh em vừa muốn vừa làm việc, vì niềm vui của mình.' Đức Chúa Trời đang thực hiện điều đó; giải quyết! Đó là bí mật.

Nhưng cho đến khi chúng ta sẵn lòng để Chúa thực hiện điều đó, thì cố gắng giải quyết nó cũng vô ích. Chúng ta thường cố gắng trở thành nhu mì và dịu dàng mà không biết nó có ý nghĩa gì hãy để Thiên Chúa tác động trong chúng ta sự hiền lành và dịu dàng của Đấng Christ. Chúng ta cố gắng thể hiện tình yêu và nhận ra rằng chúng ta có không, chúng ta cầu xin Chúa tình yêu. Thế thì chúng ta ngạc nhiên vì dường như Ngài không ban nó cho chúng ta. Hãy để tôi lấy lại một minh họa trước đó.

Có lẽ có một người anh em nào đó mà bạn tìm thấy rất cố gắng và bạn thường xuyên ở bên ai lâm vào khó khăn. Bất cứ khi nào bạn gặp anh ấy anh ấy nói hoặc làm điều gì đó có tính toán để khơi dậy bạn oán giận. Điều này làm phiền bạn. Bạn nói: 'Tôi là một Christian và phải yêu anh ấy. Tôi muốn yêu anh ấy; quả thực tôi đã quyết tâm yêu anh ấy!' Và thế là bạn cầu nguyện tha thiết: 'Lạy Chúa, xin gia tăng tình yêu của con dành cho anh ta. Chúa ơi, hãy cho con tình yêu!' Sau đó nắm thật chặt vào chính mình và triệu tập tất cả sức mạnh ý chí của bạn, bạn bắt đầu với mong muốn thực sự là thể hiện với anh ấy tình yêu mà bạn đã cầu nguyện. Nhưng than ôi, khi bạn gặp sự hiện diện của anh ấy, điều gì đó sẽ xảy ra để biến mọi ý định tốt đẹp của bạn thành hư không. Của anh ấy phản hồi cho bạn không hề mang tính khích lệ nhưng thì ngược lại, và ngay lập tức sự oán giận cũ của bạn bùng lên, và một lần nữa, điều tồi tệ nhất lại xảy ra. bạn có thể làm là lịch sự với anh ấy. Tại sao lại thế này? Bạn chắc chắn không sai khi tìm kiếm tình yêu đó từ Chúa? Không, nhưng em đã sai khi đi tìm tình yêu đó bản thân nó như một cái gì đó, một loại gói- hàng hóa, khi điều Chúa mong muốn là thể hiện qua bạn tình yêu của Con Ngài.

NÓI Đức Chúa Trời đã ban Đấng Christ cho chúng ta. Bây giờ không có gì để chúng ta tiếp nhận bên ngoài Ngài. Chúa Thánh Thần đã được sai đến để tạo ra những gì thuộc

về Đấng Christ trong chúng ta; không để tạo ra bất cứ thứ gì ở ngoài hoặc ngoài Ngài. Chúng tôi 'được tăng cường sức mạnh thông qua Tâm hồn trong con người nội tâm:... nhận biết tình yêu của Chúa Kitô' (3.16, 19). Những gì chúng ta thể hiện ra bên ngoài chính là
những gì Đức Chúa Trời đã đặt vào bên trong trước tiên.

Hãy nhớ lại một lần nữa những lời nói tuyệt vời của 1 Cô-rinh-tô 1:30. Đức Chúa Trời không chỉ đặt chúng ta trong Đấng Christ. Cũng bởi Ngài 'Chúa Giêsu Kitô... được tạo thành chúng ta là sự khôn ngoan của Đức Chúa Trời, sự công bình và sự thánh hóa và sự cứu chuộc.' Đây là một trong những những tuyên bố vĩ đại nhất trong Kinh thánh. Anh ấy 'được tạo ra cho chúng tôi...'. Nếu chúng ta tin điều này, chúng ta có thể đưa vào đó bất cứ điều gì chúng ta cần, và có thể biết rằng Chúa có làm cho nó tốt; vì, nhờ Chúa Thánh Thần bên trong chúng ta, chính Chúa Giêsu đã được tạo dựng cho chúng ta bất cứ điều gì chúng ta thiếu. Chúng ta đã quen với việc coi sự thánh thiện là một nhân đức, coi sự khiêm nhường là một ân sủng, tình yêu như một món quà được Thiên Chúa tìm kiếm.

Nhưng Đấng Christ của Đức Chúa Trời chính là mọi sự mà chúng ta sẽ cần.
Nhiều lúc trong lúc cần tôi đã từng nghĩ đến Đấng Christ là một Ngôi vị riêng biệt, và không thể xác định được tôi theo cách thực tế này với những thứ mà tôi cảm thấy như vậy mạnh mẽ sự thiếu hụt. Trong suốt hai năm tôi đã
mò mẫm trong bóng tối đó, tìm cách tích lũy những đức tính mà tôi cảm thấy chắc chắn sẽ tạo nên Đời sống Cơ-đốc nhân và nỗ lực chẳng đạt được kết quả gì.

Và rồi một ngày- đó là vào năm 1933- ánh sáng từ trời đã vỡ ra vì tôi, và tôi đã thấy Đấng Christ được Đức Chúa Trời ấn định để được giao nộp cho tôi trong Ngài sự đầy đủ. Thật la khac biệt! Ôi sự trống rỗng của 'đồ đạc'! Chúng được chúng ta nắm giữ ngoài mối quan hệ với Đấng Christ đã chết. Một khi chúng ta thấy được điều này thì đó sẽ là sự khởi đầu về một cuộc sống mới cho chúng ta. Sự thánh thiện của chúng ta sẽ được đánh vần sau đó với chữ H viết hoa, tình yêu của chúng tôi với chữ viết hoa L. Chính Ngài được bày tỏ trong chúng ta như là câu trả lời cho tất cả những đòi hỏi của Chúa.

Bây giờ hãy quay lại với người anh khó tính đó, nhưng điều này Đã đến lúc, trước khi đi, hãy thưa với Chúa như thế này: 'Lạy Chúa, đó là cuối cùng tôi cũng thấy rõ rằng trong chính mình tôi không thể yêu anh ấy được tất cả; nhưng bây giờ tôi biết rằng có một sự sống bên trong tôi, sự sống của Con Ngài, và luật của sự sống đó là yêu. Nó không thể không yêu anh ấy. Không cần đến nỗ lực hết mình. Hãy yên nghỉ trong Ngài. Hãy trông cậy vào sự sống của Ngài.

Vì vậy, hãy dám đến gặp người anh em đó và nói chuyện với anh ấy- và đây là điều tuyệt vời! Hoàn toàn vô thức (và tôi sẽ nhấn mạnh từ một cách vô thức', vì ý thức chỉ đến sau đó) bạn thấy mình nói nhiều nhất vui vẻ với anh ta; khá vô thức bạn yêu anh ta; một cách vô thức bạn biết anh ấy là bạn anh trai. Bạn trò chuyện với anh ấy một cách tự do và chân thực tình bạn, và khi trở về, bạn thấy mình nói với vẻ ngạc nhiên: 'Tại sao, tôi không tập thể dục chút lo lắng nhất vừa rồi, vậy mà tôi đã làm được không trở nên cáu kỉnh chút nào! Trong một số Chúa đã ở cùng tôi một cách không thể giải thích được và tình yêu của Ngài đã chiến thắng.'
Sự hoạt động của sự sống Ngài trong chúng ta thật có ý nghĩa tự phát, nghĩa là không cần nỗ lực của chúng tôi. Quy tắc quan trọng nhất không phải là 'cố gắng' mà là 'tin tưởng', không phải dựa vào sức riêng của chúng ta mà trên Ngài. Vì chính dòng chảy cuộc sống bộc lộ những gì chúng ta thực sự là 'trong Chúa Kitô'. Nó đến từ Đài phun nước của cuộc sống mà nước ngọt mang lại.

Quá nhiều người trong chúng ta bị bắt gặp hành động như những Cơ-đốc nhân. Đời sống của nhiều Cơ-đốc nhân ngày nay phần lớn chỉ là sự giả vờ. Họ sống "tâm linh", nói chuyện "tâm linh" ngôn ngữ, áp dụng thái độ 'tâm linh', nhưng họ tự mình làm toàn bộ công việc. Đó là sự nỗ lực liên quan sẽ tiết lộ cho họ rằng có điều gì đó là sai. Họ buộc mình phải kiềm chế làm cái này, nói cái kia, ăn cái kia, và họ tìm thấy tất cả thật khó biết bao! Điều này cũng giống như khi người Trung Quốc chúng tôi cố gắng nói một ngôn ngữ không phải riêng của chúng tôi. Dù chúng ta có cố gắng thế nào cũng không được một cách tự phát; chúng ta phải ép mình nói chuyện theo cách đó. Nhưng khi nói đến việc nói chuyện của chúng ta ngôn ngữ, không gì có thể dễ dàng hơn. Ngay cả khi chúng tôi quên tất cả những gì chúng ta đang làm, chúng ta vẫn nói điều đó. Nó chảy. Nó đến với chúng ta một cách hoàn toàn tự nhiên, và tính tự phát của nó tiết lộ cho mọi người biết chúng ta là ai.

Cuộc sống của chúng ta là cuộc sống của Chúa Kitô, được trung gian trong chúng ta bởi chính Đức Thánh Linh ngự bên trong và luật pháp của cuộc sống đó là tự phát. Khoảnh khắc chúng ta thấy được sự thật đó, chúng ta sẽ chấm dứt sự đấu tranh của mình và vứt bỏ giả vờ. Không có gì tổn thương đến cuộc đời o fa Christian như đang diễn xuất: không có gì may mắn bằng khi chúng ta những nỗ lực bên ngoài chấm dứt và thái độ của chúng ta trở nên tự nhiên- khi lời nói của chúng ta, lời cầu nguyện của chúng ta, chính cuộc sống, tất cả đều trở nên tự phát và không bị ép buộc biểu hiện của sự sống bên trong. Chúng ta đã phát hiện ra chưa Chúa tốt lành thế nào? Thế thì ở trong chúng ta Ngài cũng tốt lành như vậy! Quyền năng của Ngài có vĩ đại không? Thế thì trong chúng ta nó cũng không kém Tuyệt! Ngợi khen Chúa, sự sống của Ngài vẫn mạnh mẽ hơn bao giờ hết, và trong cuộc sống của những người dám tin vào Lời Chúa Lạy Chúa, sự sống thiêng liêng sẽ được biểu hiện bằng một quyền năng không một người kém hùng mạnh hơn so với biểu hiện cũ.

Chúa chúng ta có ý gì khi Ngài phán:

'Ngoại trừ sự công bình của bạn sẽ vượt quá sự công bình của các thầy thông giáo và người Pha-ri-si, các ngươi sẽ không có cách nào vào được Nước Trời'? (Ma-thi-ơ 5. 20).

Chúng ta đã thấy ở trên cách Ngài tiếp tục đặt ra sự tương phản giữa những yêu cầu của
Luật pháp Môi-se và những yêu cầu to lớn của chính Ngài, qua việc Ngài lặp đi lặp lại những lời: 'Các ngươi đã nghe Nhưng tôi nói với bạn..". Nhưng vì điều đó đã được nói trải qua nhiều thế kỷ, con người đã tìm cách đạt được tiêu chuẩn đầu tiên và đã thất bại, làm thế nào Chúa có dám nâng tiêu chuẩn cao hơn không vẫn? Ngài có thể làm được điều đó chỉ vì Ngài tin vào Cuộc sống của riêng anh. Anh ấy không ngại tận dụng tối đa đưa ra những yêu cầu khắt khe đối với chính mình. Quả thực chúng ta có thể thấy thoải mái khi đọc các định luật của Nước Trời như được nêu trong Ma-thi-ơ chương 5 đến 7, vì
chúng cho thấy Chúa hoàn toàn tin cậy nơi Sự sống của chính Ngài đã sẵn sàng cho con cái Ngài.
Những cái này ba chương trình bày việc đánh thuế thiêng liêng của sự sống thiêng liêng. Sự vĩ đại của những đòi hỏi của Ngài đối với chúng ta chỉ cho thấy Ngài tin tưởng như thế nào về nguồn tài nguyên Ngài đã đặt trong chúng ta đầy đủ đủ để đáp ứng họ. Thiên Chúa không ra lệnh những gì ông sẽ không trình diễn; nhưng chúng ta phải ném mình trở lại Anh ấy cho buổi biểu diễn.

Có một số tình huống khó khăn đối đầu với chúng tôi? Là nó vấn đề đúng hay sai, thiện hay ác? chúng tôi làm không cần phải tìm kiếm sự khôn ngoan. Chúng ta không cần nữa áp dụng vào cây kiến thức. Chúng ta có Chúa Kitô và Ngài được Đức Chúa Trời ban cho chúng ta sự khôn ngoan. Luật của Thần Khí sự sống liên tục trong Đức Giêsu Kitô truyền đạt cho chúng ta các tiêu chuẩn của Ngài về quyền và sai, và với họ, thái độ của tinh thần với mà hoàn cảnh khó khăn cần được đáp ứng.

Ngày càng có nhiều thứ xuất hiện để làm tổn thương chúng ta ý thức Kitô giáo về sự công bình và để kiểm tra những gì phản ứng của chúng ta sẽ như vậy. Chúng ta cần học những nguyên tắc của Thập Giá- rằng tiêu chuẩn của chúng ta không phải là bây giờ là người cũ nhưng người mới sau Chúa được tạo dựng trong sự công chính và thánh thiện của sự thật' (4.22-24). 'Chúa ơi, tôi không có quyền bào chữa.

Mọi điều con có đều nhờ ân điển Ngài, và mọi sự đều ở trong Ngài!' Tôi biết một
bà già người Nhật theo đạo Thiên Chúa bị một tên trộm làm phiền. kẻ đã đột nhập vào nhà cô. Ở cô đơn giản nhưng đức tin thực tế vào Chúa, cô ấy đã nấu cho người đàn ông một bữa ăn- sau đó đưa cho anh chìa khóa của cô. Anh ấy đã xấu hổ bằng hành động của cô ấy và Chúa đã nói chuyện với anh ấy. Thông qua cô ấy chứng rằng con người ngày nay là anh em trong Đấng Christ.

Quá nhiều Cơ-đốc nhân có tất cả giáo lý nhưng sống những cuộc sống trái ngược với nó. Họ biết tất cả về chương 1 đến chương 3 của Ê-phê-sô nhưng họ không áp dụng các chương 4 đến 6 vào thực tế. Tốt hơn là nên không có học thuyết nào hơn là mâu thuẫn. Có Chúa đã ra lệnh điều gì đó? Sau đó ném mình quay về với Chúa để có phương tiện để làm những gì Ngài có ra lệnh. Xin Chúa dạy chúng ta rằng toàn bộ Nguyên tắc của đời sống Cơ-đốc là chúng ta vượt xa điều gì là đúng để làm điều đó khiến bạn hài lòng Anh ta.

ĐỔI THỜI GIAN

Nhưng vẫn còn điều gì đó xa hơn nữa đã thêm vào phần trên về chủ đề
bước đi theo đạo Cơ-đốc của chúng ta. Từ 'đi bộ' đã có, như đã có rõ ràng, một ý nghĩa xa hơn. Nó gợi ý
hành vi hoặc hành vi đầu tiên, nhưng nó cũng chứa đựng trong đó ý tưởng về sự tiến bộ. 'Đi' là 'tiến hành', 'theo sau' on', và bây giờ chúng tôi muốn xem xét ngắn gọn điều này vấn đề xa hơn nữa là sự tiến bộ của chúng ta hướng tới mục tiêu.'Do đó, hãy xem xét cẩn thận cách các bạn bước đi, chứ không phải như không khôn ngoan, nhưng cũng khôn ngoan; chuộc lại thời gian, bởi vì ngày thật xấu xa. Vậy nên các ngươi đừng dại dột mà hãy hiểu ý muốn Chúa là gì' (5.15-17).

Bạn sẽ nhận thấy rằng trong những câu thơ trên có mối liên hệ giữa ý tưởng về Thời gian và sự khác biệt giữa khôn ngoan và ngu ngốc. 'Đi bộ ...khôn ngoan; chuộc lại thời gian Đừng dại dột.

Cái này quan trọng. Bây giờ tôi muốn nhắc nhở bạn về hai những đoạn văn khác trong đó những điều này cũng tương tự quy tụ lại:
....'Rồi nước thiên đàng sẽ được ví như cho mười cô trinh nữ... Năm người trong số đó là những cô dại và năm người khôn ngoan, đối với kẻ ngu ngốc, khi họ lấy đèn, không mang theo dầu... Nhưng vào lúc nửa đêm có tiếng kêu, Này chàng rể! đến đây tới gặp anh ấy. Sau đó tất cả các trinh nữ đó đều đứng dậy và cắt đèn của họ. Và kẻ ngu dại nói: đèn sắp tắt.... Và trong khi họ đi xa đi mua thì chàng rể tới; và họ đã đã sẵn sàng đi cùng anh ta đến dự tiệc cưới: và cánh cửa đã đóng lại. Sau đó cũng đến cái khác các trinh nữ...' (Xem Ma-thi-ơ 25. 1-13).'Và tôi nhìn xem, kìa Chiên Con đứng trên núi Zion, và với anh ta một trăm bốn mươi và

bốn nghìn, có tên anh ấy và tên của Cha Ngài, được viết trên tay họ.... Đây là trinh nữ. Chiên Con đi đâu thì họ theo đó. Những thứ này được mua từ giữa loài người, là trái đầu mùa của Thiên Chúa và cho Chiên Con. Và trong miệng họ không được tìm thấy nói dối: họ không tì vết' (xem Khải Huyền 14. 1-5).

Có rất nhiều đoạn Kinh thánh nói đảm bảo với chúng ta rằng những gì Chúa đã bắt đầu thì Ngài sẽ hoàn thành. Đấng Cứu Rỗi của chúng ta là Đấng Cứu Rỗi đến mức tối đa. KHÔNG Người theo đạo Thiên Chúa cuối cùng sẽ được 'cứu rỗi một nửa', ngay cả khi bây giờ điều đó có thể được nói về chúng tôi theo bất kỳ nghĩa nào.

Đức Chúa Trời sẽ hoàn thiện mọi người có đức tin nơi Ngài. Đó là điều chúng ta tin tưởng và chúng ta phải giữ nó trong lòng tâm trí làm nền cho điều chúng ta sắp nói Kế tiếp. Với Paul, chúng tôi 'tin tưởng vào điều này điều đó, rằng anh ấy đã bắt đầu một công việc tốt trong bạn sẽ hãy hoàn thiện nó cho đến ngày của Chúa Giêsu Kitô' (Phil. 1.6).

Không có giới hạn nào đối với quyền năng của Chúa. Anh ấy có thể đặt bạn trước sự hiện diện vinh quang của Ngài mà không cần tì vết' (Giu-đe 24; và xem: 2 Ti-mô-thê 1:12; Ê-phê-sô 3. 20).

Tuy nhiên, đó là khi chúng ta chuyển sang chủ quan khía cạnh của điều này - đến tác dụng thực tế của nó trong cuộc sống của chúng ta ở đây và bây giờ trên trái đất - mà chúng ta gặp phải câu hỏi về Thời gian. Trong Khải Huyền 14 có hoa quả đầu mùa (câu 4) và có mùa gặt (câu 15).

Sự khác biệt giữa thu hoạch và hoa quả đầu mùa? Nó chắc chắn không phải là một trong những chất lượng, vì toàn bộ cây trồng là một. Sự khác biệt của họ chỉ nằm ở thời điểm

chín muồi của chúng. Một số quả đạt độ chín trước những người khác và do đó họ trở thành 'trái đầu mùa'. Quê tôi ở tỉnh Phúc Kiến nổi tiếng cho những quả cam của nó. Tôi sẽ nói (và chắc chắn là tôi có
thành kiến!) rằng không có ai giống như họ bất cứ nơi nào trên thế giới. Khi bạn nhìn ra những ngọn đồi
vào đầu mùa cam, tất cả những lùm cây có màu xanh lá cây. Nhưng nếu bạn nhìn kỹ hơn, bạn sẽ nhìn kìa, rắc đây đó trên cây, vàng cam đã xuất hiện. Đó là một cảnh đẹp để nhìn thấy những đốm vàng rải rác giữa bóng tối cây xanh. Sau đó toàn bộ vụ mùa sẽ chín và những khu rừng sẽ biến thành vàng, nhưng bây giờ là những thứ này trái đầu mùa được thu thập.

Họ cẩn thận được hái bằng tay và chính họ là người chiếm vị trí hàng đầu giá thị trường - thường gấp ba lần giá thị trường mùa gặt.

Tất cả sẽ đạt đến độ chín, bằng cách nào đó. Nhưng Chiên Con đang tìm kiếm trái đầu mùa. Người "khôn ngoan" trong dụ ngôn không phải là những người đã làm tốt hơn mà là những người thực hiện tốt vào một giờ trước đó. Những người khác, cần lưu ý, cũng là những trinh nữ- 'ngu ngốc', chắc chắn rồi, nhưng không phải SAI. Cùng với những người khôn ngoan, họ đã đi ra ngoài gặp Chú rể. Họ cũng có dầu trong người đèn và đèn của họ đang cháy. Nhưng họ đã có không tính đến sự chậm trễ của Ngài, và bây giờ họ đèn sắp tắt họ không còn dầu dự trữ trong người tàu, những người khác cũng không có đủ để tha cho họ. Một số người đang gặp rắc rối vào thời điểm này bởi ý định của Chúa nói với những kẻ ngu dại: 'Tôi không biết bạn.' Họ cảm thấy thế nào liệu Ngài có thể nói điều này về họ nếu họ đại diện cho Những đứa con thật sự của ông, 'được kết hôn ... như một trinh nữ thuần khiết Đấng Christ'? (2Cor. 11.2). Nhưng chúng ta phải thừa nhận toàn bộ ý nghĩa của việc giảng dạy dụ ngôn này, mà chắc chắn là có

một số đặc ân được phục vụ Ngài trong tương lai mà con cái Ngài có thể bỏ lỡ vì không chuẩn bị. Nó nói rằng năm người đã đến cửa và nói: 'Lạy Chúa, xin mở cửa cho chúng con.' Cửa nào? Chắc chắn không phải là cánh cửa cứu rỗi. Nếu bạn lạc lối,
bạn không thể đến trước cửa thiên đường và gõ cửa.

Vì vậy, khi Chúa phán: Ta không biết ngươi,' Ngài chắc chắn sử dụng những từ này theo một nghĩa hạn chế nào đó như trong hình minh họa sau.
Ở Thượng Hải con trai của một tòa án cảnh sát thẩm phán đã bị bắt vì lái xe bất cẩn. Anh ta được đưa đến tòa và thấy cha mình đang ngồi trên ghế quan tòa. Thủ tục xét xử còn nhiều hơn hoặc ít hơn trên khắp thế giới đều giống nhau, và vì vậy cậu bé đã hỏi: Tên bạn là gì?' Địa chỉ của bạn là gì? Nghề nghiệp của bạn là gì? và như thế. Anh kinh ngạc quay sang bố: 'Cha ơi, ý cha là bạn không biết tôi à?' Rap trên bàn của mình Bố trả lời nghiêm khắc: Con ơi, cha không biết bạn. Tên bạn là gì? Của bạn là gì Địa chỉ?' Tất nhiên anh ấy không có ý nói rằng anh ấy hoàn toàn không biết anh ta. Trong gia đình và trong ở nhà anh biết anh, nhưng ở nơi đó và vào thời điểm đó anh ấy không biết anh ấy. Dù vẫn là con của cha nhưng cậu bé phải làm thủ tục ra tòa và trả tiền phạt cho anh ta.

Vâng, cả mười trinh nữ đều có dầu trong đèn. Cái gì phân biệt kẻ ngu ngốc là họ không có
dự trữ trong tàu của mình. Là những Cơ-đốc nhân chân chính, họ có sự sống trong Đấng Christ, và họ có lời chứng trước mặt loài người. Nhưng lời chứng của họ là bằng chứng phù hợp cho việc họ sống một cuộc sống bằng miệng. Họ có Tinh thần, nhưng chúng ta có thể nói rằng họ không ‘đầy tràn Phun ra'. Khi khủng hoảng xảy ra họ phải ra ngoài mua thêm dầu. Tất nhiên, cuối cùng thì cả mười người đều có đủ. Nhưng sự khác biệt nằm ở chỗ, người khôn ngoan có đủ dầu đúng lúc, trong khi kẻ ngu dại, khi

cuối cùng họ đã có đủ, đã bỏ lỡ mục đích mà nó đã được dự định. Đó là tất cả một vấn đề thời gian, và đây chính là thời điểm mà Lord tìm cách lái xe về nhà khi, vào cuối chuyến đi dụ ngôn, ông kêu gọi các đệ tử của mình không chỉ môn đệ nhưng phải là môn đệ tỉnh thức.

'Chớ say rượu, trong đó có sự náo loạn, nhưng hãy tràn đầy Thánh Thần' (5.18). Trong Ma-thi-ơ 25 là như vậy không phải là vấn đề tiếp nhận Chúa Giêsu lần đầu Đấng Christ, cũng chưa phải về sự đến của Đức Thánh Linh trên các tôi tớ Ngài để nhận các ân tứ thuộc linh. Đó là một câu hỏi lượng dầu thừa trong bình- của ánh sáng bền vững, dù thời gian chờ đợi có dài đến thế nào- nhờ sự cung cấp kỳ diệu liên tục của Tinh thần bên trong (vì trong dụ ngôn có cả ngọn đèn và bình chứa, nhưng thực tế chúng ta là ngọn đèn và chúng ta là con tàu). Christian có thể làm gì có thể sống vĩnh viễn trên thiên đường mà không cần biết được sự viên mãn bên trong này? Chắc chắn không có một trinh nữ nào có thể thoát khỏi điều này? Và thế là Chúa đang lấy đi tất cả các bước có thể để đưa chúng ta đến sự hiểu biết về điều đó sự trọn vẹn bây giờ. 'Vậy hãy xem, vì các ngươi không biết ngày không phải giờ' Được no nê" (plerousthe) là điều bất thường cách diễn đạt được dùng ở đây liên quan đến Chúa Thánh Thần.

'Hãy cho phép mình liên tục được no nê.' Nó là không phải khủng hoảng, như vào Lễ Ngũ Tuần, mà là tình trạng chúng ta đang ở mọi lúc. Và nó không phải là cái gì đó bên ngoài, mà là nội bộ; không phải là vấn đề về những ân tứ thuộc linh và biểu hiện bên ngoài nhưng của cá nhân sự hiện diện và hoạt động của Chúa Thánh Thần trong chúng ta rượu mạnh, đảm bảo rằng ánh sáng trong tàu sẽ đốt cháy không mờ, rất lâu sau nửa đêm nếu cần.

Và hơn nữa, nó không hoàn toàn là vấn đề cá nhân điều. Như câu tiếp theo (5. 19) chắc chắn đã chỉ ra, đó là điều gì đó mà chúng tôi chia sẻ với những Cơ đốc nhân khác trong sự phụ thuộc lẫn nhau. Để được tràn đầy Thánh Thần' có nghĩa là, theo ngôn ngữ của câu thơ đó, không chỉ đơn thuần là ca hát và tạo ra giai điệu bằng trái tim của bạn Chúa' nhưng nói với nhau trong thánh vịnh và những bài thánh ca và những bài hát tâm linh. Một số người trong chúng ta có thể thấy hát solo thì dễ nhưng hát cùng thì khó hơn nhiều thời gian và hòa âm như một bộ tứ hoặc thậm chí như một bản song ca. Tuy nhiên, thông điệp về sự hiệp nhất trong Thánh Linh nằm ở trọng tâm trong phần thứ hai của sách Ê-phê-sô (xem 4. 3, 15, 16).

Sự trọn vẹn của Thánh Linh được ban cho chúng ta để chúng ta nên cùng nhau hát một bài ca mới trước ngai (Khải huyền 14.3).
Tuy nhiên, để giữ điểm nhấn chính của chúng ta, hãy để tôi hãy lặp lại rằng sự điên rồ hay khôn ngoan chỉ xoay quanh một điểm này
thôi, rằng nếu bạn khôn ngoan bạn sẽ tìm kiếm sự trọn vẹn này sớm hơn, nhưng nếu bạn ngu ngốc, bạn sẽ trì hoãn nó cho đến khi sau đó. Một số người trong chúng ta là cha mẹ và có con cái.

Những đứa trẻ đó có thể khác nhau đến mức nào tính cách! Một người sẽ vâng lời ngay lập tức; người khác sẽ nghĩ rằng bằng cách trì hoãn, anh ta có thể tránh được việc cần phải làm như vậy. Nếu đúng như vậy và bạn yếu đuối đủ để tạo cho anh ta một kẽ hở để trốn thoát, thì người trì hoãn thực ra là người khôn ngoan, vì anh ta thành công trong việc không làm gì cả. Nhưng nếu lời nói của bạn giữ nguyên, nếu lệnh của bạn không thể trốn tránh được và cuối cùng phải được tuân theo, thì anh ta chắc chắn là khôn ngoan hơn là người đối mặt thẳng thắn với vấn đề ngay lập tức.

Hãy hiểu rõ ý muốn của Chúa. Nếu lời Chúa có thể được giảm giá, thì bạn có thể không dại gì cố gắng thoát khỏi hàm ý của chúng; nhưng nếu Chúa là một Thiên Chúa không thay đổi với một ý chí không thay đổi, thì hãy khôn ngoan; chuộc lại thời gian. Trên hết hãy tìm cách có thêm nguồn cung cấp dầu trong tàu, 'để các bạn có thể được tràn đầy tất cả sự viên mãn của Thiên Chúa' (3.19).
Dụ ngôn không trả lời tất cả các câu hỏi của chúng ta. Người ngu mua như thế nào? Chúng tôi không được nói. Chúng tôi là không nơi nào cho biết những bước tiếp theo mà Chúa có thể phải thực hiện cuối cùng sẽ đưa tất cả con cái của Ngài đến trưởng thành. Đó không phải là mối quan tâm của chúng tôi. Chúng ta quan tâm ở đây với trái đầu mùa. Chúng tôi đang được thúc giục nhấn TRÊN; không suy đoán về điều gì có thể xảy ra nếu chúng ta đừng.

Bạn không thể, bằng cách né tránh vấn đề, tránh đạt đến sự trưởng thành- hoặc phải trả giá cho nó. Nhưng trí tuệ gắn liền với thời gian. Những người đó khôn ngoan chuộc lại thời gian. Giống như cây bút máy của tôi bây giờ đã đầy và sẵn sàng trong tay tôi ngay lập tức vì vậy, hãy sử dụng bằng cách hợp tác với Chúa, Đấng Thông thái cung cấp cho Chúa những gì Ngài muốn: những công cụ tiện dụng, sẵn sàng ngay lập tức cho Ngài.
Hãy nhìn sứ đồ Phao-lô. Anh ta bị tiêu thụ với một niềm đam mê cháy bỏng. Ông đã thấy rằng mục đích của Chúa đối với chúng ta bị ràng buộc với 'sự viên mãn của thời đại' (1.10). Anh ấy là một trong những người trước đây đã hy vọng vào Đấng Christ' bằng cách yên nghỉ trong sự cứu rỗi chưa được trọn vẹn được tiết lộ 'trong thời đại sắp tới' (1. 12; 2. 7). Và trong Nhìn thấy tất cả những điều này, anh ấy làm gì? Anh ta đi bộ. Và anh ấy không chỉ bước đi; Anh ta chạy. 'Do đó tôi chạy như vậy, như không không chắc chắn' (1 Cô-rinh-tô 9. 26). 'Tôi tiến tới mục tiêu để đạt được giải thưởng về sự kêu gọi cao cả của Chúa trong Chúa Giêsu Kitô' (Phil. 3. 14).

Thường khi tâm hồn đi vào sự hiểu biết tiếp tục với Chúa, Cảm giác trong lòng tôi là: 'Ôi, giá như họ có hãy đến xem điều này sớm hơn năm năm!' Thời gian là vậy ngắn gọn, ngay cả khi chúng ta đang tiếp tục. Có nhu cầu như vậy vì sự cấp bách. Hãy nhớ rằng, vấn đề không phải là những gì chúng ta nhận được từ nó. Đó là câu hỏi về những gì Chúa phải có ngay bây giờ. Ngày nay nhu cầu của Chúa là có những dụng cụ sẵn sàng. Tại sao? 'Bởi vì những ngày đó thật xấu xa.' 'Các tình hình là tuyệt vọng trong công chúng Kitô giáo. Ôi ước gì chúng ta có thể nhìn thấy nó! Có lẽ Chúa phải xử lý chúng ta một cách quyết liệt.

Paul đã phải nói 'Tôi là một đứa trẻ sẩy thai'. Anh ta đã vượt qua những cơn khủng hoảng to lớn để đưa anh ta đến điểm mà anh ấy đã ở lúc đó- và anh ấy vẫn nhấn TRÊN. Nó luôn luôn là một câu hỏi về thời gian. Chúa có thể phải làm điều gì đó trong chúng ta một cách nhanh chóng, nén nó lại thành một không gian ngắn; nhưng Ngài phải làm nhiều điều đó. Có thể đôi mắt của trái tim chúng ta được soi sáng để biết những gì là 'hy vọng về sự kêu gọi của anh ấy', và sau đó chúng ta có thể bước đi- không, chạy như những người 'hiểu được ý muốn của Chúa' (1. 18; 5. 17). Chúa luôn yêu thương những tâm hồn tuyệt vọng.

Chương 3 - ĐỨNG

Cuối cùng, hãy mạnh mẽ trong Chúa và nhờ sức mạnh sức mạnh của anh ấy. Hãy khoác lên mình toàn bộ áo giáp của Chúa, để bạn có thể có thể chống lại mưu kế của ma quỷ.... Điều đó các ngươi có thể chống chọi được trong ngày ác độc, và có làm xong tất cả, đứng dậy. Vậy hãy đứng dậy, thắt lưng
... Đeo giáp... Mang giầy đôi chân của bạn... cầm tấm khiên lên... Và chiếc mũ bảo hiểm... và thanh gươm... cầu nguyện... và ngắm nhìn' (6. 10-11, 13-18).

Kinh nghiệm Cơ Đốc bắt đầu bằng việc ngồi và dẫn đến việc đi bộ, nhưng nó không kết thúc ở những điều này. Mọi Cơ-đốc nhân cũng phải học cách đứng vững. Mỗi cái trong chúng ta phải chuẩn bị cho cuộc xung đột.

Chúng ta phải biết cách ngồi với Chúa Kitô ở các nơi trên trời và chúng ta phải biết cách bước đi xứng đáng với Ngài ở đây nhưng chúng ta cũng phải biết đứng trước kẻ thù. Vấn đề xung đột này bây giờ đến trước mắt chúng ta trong phần thứ ba của Ê-phê-sô (6. 10-20). Nó là gì Thánh Phaolô gọi là "cuộc chiến đấu của chúng ta với thần dữ".

Nhưng trước tiên chúng ta hãy nhắc nhở bản thân một lần nữa về thứ tự mà người Ê-phê-sô trình bày cho chúng ta những điều này. Đó là: 'ngồi ... đi ... đứng'. Vì không một Cơ đốc nhân nào có thể hy vọng tham gia vào cuộc chiến của thời đại mà trước hết không học cách yên nghỉ trong Đấng Christ và trong điều gì Anh ấy đã làm được, và sau đó, nhờ sức mạnh của Đức Thánh Linh ở trong, đi theo Ngài một cách thực tế, cuộc sống thánh thiện ở đây trên trái đất. Nếu anh ta thiếu một trong hai những điều này anh ấy sẽ thấy rằng tất cả những cuộc nói chuyện về tâm linh chiến

tranh vẫn chỉ là nói suông; anh ấy sẽ không bao giờ biết nó thực tế. Satan có thể đủ khả năng để bỏ qua anh ta vì anh ta làm vậy không được tính vào bất cứ điều gì. Tuy nhiên, cùng một Cơ đốc nhân có thể được trở nên mạnh mẽ trong Chúa và trong sức mạnh
toàn năng của Ngài' bằng cách trước tiên biết được các giá trị của Ngài sự tôn cao và sau đó là sự ngự trị của Ngài (so sánh 6.10 với 1.19 và 3.16). Chính với hai bài học này tốt và thực sự học được rằng anh ấy đánh giá cao nguyên tắc thứ ba của đời sống Cơ Đốc bây giờ tóm tắt trong từ 'Đứng'.

Chúa có một kẻ thù không đội trời chung, và dưới quyền lực của hắn vô số ác quỷ và thiên thần sa ngã đang tìm cách tràn ngập thế giới với cái ác và loại trừ Thiên Chúa từ vương quốc của chính Ngài. Đây là ý nghĩa của câu 12. Đó là lời giải thích về những điều đang diễn ra xung quanh chúng ta. Chúng ta chỉ thấy 'xác thịt' nằm rải rác chống lại chúng ta - nghĩa là một hệ thống thế giới thù địch các vị vua và những người cai trị, những kẻ tội lỗi và những kẻ ác. Không, nói Phao-lô, cuộc chiến của chúng ta không phải chống lại những kẻ này, mà là chống lại chống lại các quyền lực, chống lại các thế lực, chống lại những kẻ thống trị thế giới của bóng tối này, chống lại những đạo quân tinh thần của sự gian ác ở các nơi trên trời'--- trong chống lại chính mưu mô của ma quỷ. Hai
ngai vàng đang có chiến tranh. Đức Chúa Trời đang đòi lại trái đất cho Ngài sự thống trị, và Satan đang tìm cách chiếm đoạt thẩm quyền của Thiên Chúa. Giáo hội được kêu gọi thay thế Satan khỏi vương quốc hiện tại của hắn và tạo ra Chúa Kitô Vượt qua tất cả. Chúng tôi làm gì với nó đây?

Bây giờ tôi muốn giải quyết vấn đề này của chúng ta chiến tranh trước hết nói chung liên quan đến
đời sống Kitô hữu cá nhân của chúng ta và sau đó theo nghĩa đặc biệt hơn liên quan đến công việc Chúa được giao

phó. cho chúng tôi. Có nhiều cuộc tấn công trực tiếp của Satan vào Con cái Chúa. Tất nhiên chúng ta không được quy cho quỷ dữ những rắc rối đó là kết quả của việc chúng ta vi phạm luật lệ thiêng liêng của chính mình. Bây giờ chúng ta nên biết cách đặt những thứ này cho đúng. Nhưng có những vật chất tấn công các vị thánh, tấn công kẻ ác cơ thể và tâm trí của họ, điều mà chúng ta phải quan tâm nghiêm túc. Chắc chắn, có rất ít người trong chúng ta không biết gì về cuộc tấn công của kẻ thù đến đời sống tinh thần của chúng ta. Chúng ta sẽ để những thứ này vượt qua mà không bị thách thức?

Chúng ta có vị trí của mình trước Chúa trong thiên thượng, và chúng ta đang học cách bước đi với Ngài trước thế gian; nhưng làm sao chúng ta có thể trắng án bản thân chúng ta trước sự hiện diện của kẻ thù- kẻ thù và của chúng ta? Lời Chúa là: Hãy đứng lên!' 'Hãy trang bị toàn bộ áo giáp của Chúa để bạn có thể đứng vững trước những mưu kế của ma quỷ.' Động từ tiếng Hy Lạp 'đứng' với những điều sau đây giới từ 'chống lại trong câu 11 thực sự có nghĩa là “giữ vững lập trường”. Đây là một sự thật quý giá ẩn giấu trong mệnh lệnh đó của Chúa. Nó không phải là mệnh lệnh xâm chiếm lãnh thổ nước ngoài.

Chiến tranh, theo cách nói hiện đại, sẽ hàm ý một lệnh 'hành quân'. Quân đội tiến vào các nước khác để chiếm đóng và chinh phục. Chúa chưa đã bảo chúng tôi làm điều này. Chúng ta không đi tuần hành mà đứng lên.

Từ “đứng” hàm ý rằng khu vực tranh chấp của kẻ thù thực sự là của Ngài, và do đó là của chúng ta. Chúng tôi không cần phải đấu tranh để có được chỗ đứng trên đó.

Gần như tất cả các loại vũ khí chiến tranh của chúng ta được mô tả trong Ê-phê-sô hoàn toàn mang tính chất phòng

thủ. Ngay cả
thanh kiếm cũng có thể được sử dụng để phòng thủ cũng như để xúc phạm. Sự khác biệt giữa phòng thủ và chiến tranh tấn công là thế này, trước đây tôi có có được nền tảng và chỉ tìm cách giữ nó, trong khi ở cái sau tôi chưa có căn cứ và đang chiến đấu để có được nó. Và đó chính xác là sự khác biệt giữa cuộc chiến do Chúa Giêsu tiến hành và cuộc chiến do chúng ta tiến hành. Của anh ấy thật xúc phạm; của chúng tôi là, về bản chất là phòng thủ. Ngài đã chiến đấu chống lại Sa-tan để
giành chiến thắng. Qua Thập Giá Ngài đã mang cuộc chiến đó đến tận ngưỡng cửa Địa ngục chính nó, để dẫn ra nơi giam cầm của anh ta (4.8, 9). Ngày nay chúng ta chiến đấu chống lại Satan chỉ để duy trì và củng cố chiến thắng mà Ngài đã đạt được. Bởi sự phục sinh, Thiên Chúa đã tuyên bố Ngài Son Victor trên toàn bộ vương quốc bóng tối, và mảnh đất mà Đấng Christ đã giành được Ngài đã ban cho chúng ta. chúng tôi làm không cần phải đấu tranh để có được nó. Chúng ta chỉ cần giữ nó chống lại mọi kẻ thách thức.

Nhiệm vụ của chúng ta là giữ vững chứ không phải tấn công. Nó không phải là vấn đề tiến bộ mà là vấn đề phạm vi, phạm vi của Chúa Kitô. Nơi con người Chúa Giêsu Kitô, Thiên Chúa đã đã chinh phục rồi. Ngài đã ban cho chúng ta chiến thắng của Ngài giữ. Trong phạm vi của Chúa Kitô, kẻ thù thất bại đã là một sự thật và Giáo hội đã đặt ở đó để giữ cho anh ta bị đánh bại. Satan là kẻ duy nhất người phải thực hiện phản công trong nỗ lực của mình để đánh bật chúng ta khỏi quả cầu đó. Về phần mình, chúng tôi cần không tranh giành đất đã là của mình.

Trong Chúa Kitô, chúng ta là những người chiến thắng – thậm chí còn hơn thế nữa những kẻ chinh phục' (Rô-ma 8: 37). Vì vậy, trong Ngài, chúng ta
đứng vững. Vì thế ngày nay chúng ta không chiến đấu để

giành chiến thắng; chúng tôi chiến đấu từ chiến thắng. Chúng ta không chiến đấu để giành chiến thắng nhưng bởi vì trong Đấng Christ chúng ta đã chiến thắng rồi.

Người đắc thắng là người nghỉ ngơi trong chiến thắng đã được Đức Chúa Trời của họ ban cho họ.
Khi bạn chiến đấu để giành chiến thắng thì bạn đã thua trận ngay từ đầu. Giả sử
Sa-tan định tấn công bạn ngay tại nhà bạn những hiểu lầm nảy sinh, một tình huống mà bạn có thể
hoặc trong công việc kinh doanh của mình. Khó khăn chồng chất, không đối phó cũng không trốn thoát có nguy cơ làm bạn choáng ngợp. Bạn cầu nguyện, bạn nhịn ăn, bạn đấu tranh và kháng cự trong nhiều ngày, nhưng chẳng có gì xảy ra cả.

Tại sao? Bạn đang cố gắng chiến đấu để giành chiến thắng và khi làm như vậy đang nhường lại mặt đất cho kẻ thù đó là của bạn. Vì chiến thắng vẫn còn là một điều xa vời đối với bạn thứ đó ở đâu đó phía trước bạn và bạn không thể đạt được nó. Bản thân tôi cũng đã từng rơi vào hoàn cảnh như vậy, và Chúa đã gợi lên trong tâm trí tôi từ đó trong 2 Người Tê-sa-lô-ni-ca liên quan đến người đàn ông tội lỗi, người Chúa Giêsu sẽ giết chết bằng hơi thở của Ngài miệng'. Ý nghĩ chợt đến: Nó sẽ chỉ cần một hơi thở từ Chúa của tôi để kết liễu anh ta, và đây tôi đang cố gắng để gây ra một cơn bão! Chẳng phải Sa-tan đã
bị đánh bại một lần rồi sao? Thế thì chiến thắng này cũng đã thắng rồi. Chỉ có người ngồi mới có thể đứng. Sức mạnh của chúng tôi dành cho Việc đứng còn việc bước đi là ở chỗ chúng ta trước hết
đã được ngồi cùng với Đấng Christ. Các Bước đi và chiến tranh của Christian đều có được
sức mạnh từ vị trí của anh ấy ở đó. Nếu anh ấy không ngồi trước Chúa, anh ta không thể hy vọng đứng trước kẻ thù.

Mục đích chính của Satan không phải là khiến chúng ta phạm tội, mà chỉ đơn giản là giúp chúng tôi dễ dàng thực hiện điều đó bằng cách chúng tôi rời khỏi mặt đất của chiến thắng hoàn hảo mà Chúa đã mang đến cho chúng ta. Thông qua đại lộ của cái đầu hay trái tim, thông qua chúng ta trí tuệ hoặc cảm xúc của chúng ta, anh ta tấn công phần còn lại của chúng ta Đấng Christ hay bước đi trong Thánh Linh của chúng ta. Nhưng đối với mỗi điểm của áo giáp phòng thủ tấn công của anh ta được cung cấp, mũ sắt và tấm che ngực, đai và giày, trong khi trên hết là tấm khiên đức tin để biến sang một bên những phi tiêu rực lửa của mình. Đức tin nói: Chúa Kitô được tôn vinh.

Đức tin nói: Chúng ta được cứu bởi ân điển Ngài. Đức tin nói: Chúng ta có quyền truy cập thông qua Ngài. Đức Tin nói: Anh ấy ngự trong chúng ta bởi Thánh Linh của Ngài (xem 1.20; 2.8; 3.12,17).

Bởi vì chiến thắng là của Ngài nên nó là của chúng ta. Nếu như chỉ là chúng ta sẽ không cố gắng giành chiến thắng mà chỉ đơn giản là duy trì nó thì chúng ta sẽ thấy rõ kẻ thù được định tuyến. Chúng ta không được cầu xin Chúa cho phép chúng ta chiến thắng kẻ thù, thậm chí cũng không trông cậy vào Ngài để vượt qua, nhưng hãy ca ngợi Ngài vì Ngài đã đã làm như vậy; Anh ấy là Victor. Tất cả chỉ là vấn đề niềm tin vào Anh ta. Nếu chúng ta tin Chúa thì chúng ta sẽ không cầu nguyện như vậy nhiều nhưng đúng hơn chúng ta sẽ ca ngợi Ngài nhiều hơn. Các đức tin của chúng ta nơi Ngài càng đơn giản và rõ ràng thì chúng ta càng ít hãy cầu nguyện trong những tình huống như vậy và chúng ta sẽ càng
khen ngợi nhiều hơn.

Tôi xin nói lại lần nữa: Trong Chúa Kitô, chúng ta đã kẻ chinh phục. Chẳng phải điều hiển nhiên là, vì điều này là

như vậy, nên chúng ta chỉ cầu nguyện cho sự chiến thắng – trừ khi điều đó lời cầu nguyện được thực hiện bằng lời khen ngợi-phải chịu
thất bại bằng cách vứt bỏ nền tảng cơ bản của chúng ta chức vụ? Hãy để tôi hỏi bạn: thất bại có phải là của bạn không? kinh nghiệm? Bạn có thấy mình hy vọng rằng một ngày nào đó bạn sẽ đủ mạnh mẽ để giành chiến thắng? Sau đó lời cầu nguyện của tôi dành cho bạn không thể đi xa hơn lời cầu nguyện của sứ đồ Phao-lô gửi đến độc giả ở Ê-phê-sô. Chính Chúa đó có thể mở mắt ra lần nữa để thấy mình đang ngồi với Đấng đã bị buộc phải ngồi xa trên hết mọi quyền lực, thẩm quyền, quyền lực,
quyền thống trị và mọi danh hiệu được đặt tên' (1.20,21)

Những khó khăn xung quanh bạn có thể không thay đổi; con sư tử có thể gầm to hơn bao giờ hết; nhưng bạn không cần nữa hy vọng vượt qua được. Trong Chúa Giêsu Kitô, bạn là người chiến thắng trong cánh đồng.

TRONG TÊN CỦA NGÀI

Nhưng điều này không phải là tất cả. Ê-phê-sô 6 có liên quan với nhiều hơn khía cạnh cá nhân trong cuộc chiến của chúng tôi. Nó cũng liên quan đến công việc Chúa được giao phó chúng ta – lời phát biểu về mầu nhiệm Tin Mừng của mà Phao-lô đã có nhiều điều để nói (xem 3. 1- 13). Vì điều này, giờ đây nó trang bị cho chúng ta thanh kiếm của Lời nói và vũ khí đồng hành của nó, lời cầu nguyện.

Hãy cầm lấy...thanh gươm của Thánh Linh, đó là lời của Thiên Chúa: với tất cả những lời cầu nguyện và cầu nguyện các mùa trong Thánh Linh, và theo dõi nó trong tất cả sự kiên trì và cầu nguyện cho tất cả các vị thánh, và trên thay mặt tôi, lời nói đó có thể được đưa ra cho tôi khi
tôi mở miệng, để mạnh dạn nói ra mầu nhiệm của phúc âm mà tôi là đại sứ tại dây chuyền; để trong đó tôi có thể nói một cách dạn dĩ, như tôi phải nói trong Ê-phê-sô (6:17-20).

Tôi muốn nói thêm đôi điều về cuộc chiến này trong mối liên hệ của nó với công việc của chúng ta dành cho Đức Chúa Trời, vì ở đây chúng ta có thể gặp khó khăn. Đó là sự thật, một mặt rằng Chúa Giêsu của chúng ta đang ngồi 'vượt trội hơn tất cả' cai trị và quyền lực', và rằng tất cả mọi thứ đã được đặt'sự phục tùng dưới chân mình' (1. 21, 22). Rõ ràng chính trong ánh sáng của chiến thắng hoàn toàn này mà chúng ta 'luôn luôn tạ ơn về mọi sự nhân danh Chúa Giêsu Kitô'.(5. 20). Tuy nhiên, theo thứ tự chúng ta có phải thừa nhận rằng chúng ta chưa nhìn thấy tất cả mọi thứ phải tuân theo Anh ta. Vẫn còn, như Phao-lô nói, đạo quân kẻ ác linh hồn ở các nơi trên trời, bóng tối, sức mạnh tà ác đằng sau những kẻ thống trị thế giới này, chiếm lĩnh lãnh thổ đúng là của Ngài. Chúng ta đúng đến mức nào khi gọi điều này một cuộc chiến phòng thủ? Chúng tôi không muốn nói dối giả định. Do đó, khi nào và dưới cái gì điều kiện chúng ta có lý khi chiếm đóng lãnh thổ bên ngoài là của kẻ thù và giữ nó trong tên của Chúa Chúa Giêsu? Chúng ta hãy lấy...lời của Chúa' để giúp chúng ta ở đây. Nó cho chúng ta biết gì về việc cầu nguyện và hành động trong tên'? Đầu tiên hãy xem xét hai đoạn văn sau:

'Quả thật tôi nói với các bạn, bất cứ điều gì các bạn sẽ làm ràng buộc dưới đất sẽ bị ràng buộc trên trời: và những gì bất cứ điều gì bạn sẽ mở trên trái đất sẽ được mở ở trên thiên đường. Một lần nữa tôi nói với các bạn rằng nếu hai người trong các bạn nên đồng ý trên trái đất là chạm vào bất cứ thứ gì mà họ cứ hỏi thì sẽ được việc. Để ở đâu hai ba người họp lại nhân danh Thầy, có Thầy đây....' (Mt 18. 18-20). 'Vào ngày đó các ngươi sẽ không hỏi tôi gì cả. Quả thật, quả thật, ta nói cùng các ngươi, nếu các ngươi xin Cha điều chi, Ngài sẽ ban cho các ngươi dưới tên của tôi. Cho đến nay bạn chưa hỏi gì cả Tên: hãy hỏi và bạn sẽ nhận được rằng niềm vui của bạn có thể đã hoàn thành... Vào ngày đó các ngươi sẽ nhân danh ta mà cầu xin' (Ga 16, 23, 24, 26).

Không ai có thể được cứu nếu không biết tên của Chúa Giêsu, và không ai có thể được Thiên Chúa sử dụng một cách hữu hiệu mà không biết uy quyền của cái tên đó. Các Sứ đồ Phao-lô nói rõ rằng 'danh' mà Chúa Giêsu ám chỉ trong những đoạn văn trên không chỉ đơn giản cái tên mà Ngài được biết đến khi ở đây giữa những người đàn ông. Chắc chắn là nó rất giống nhau tên nhân loại của Ngài, nhưng đó là cái tên được đầu tư bây giờ với danh hiệu và quyền hạn được trao cho Ngài bởi Đức Chúa Trời sau khi Ngài đã vâng phục cho đến chết (Phi-líp 2. 6-10). Đó là kết quả những đau khổ của Ngài, là danh hiệu vinh quang và vinh quang của Ngài; và hôm nay nó ở trong đó 'cái tên vượt trên mọi cái tên' mà chúng ta thu thập được và chúng ta cầu xin Chúa.

Sự khác biệt này không phải do riêng Phaolô mà đã được chính Chúa Giêsu thực hiện trong đoạn văn thứ hai được trích dẫn ở trên: 'Cho đến nay các ngươi chưa hề xin điều gì... Trong ngày đó các ngươi sẽ hỏi' (các câu 24, 26). Cho các môn đệ 'ngày đó' sẽ khác rất nhiều so với 'bây giờ' của câu 22. Thứ mà bây giờ họ không có lúc đó họ sẽ nhận được và sau khi nhận được thì họ sẽ sử dụng nó. Đó là một cái gì đó có thẩm quyền đi với tên của Ngài.

Đôi mắt của chúng ta phải được mở ra để nhìn thấy sự hùng mạnh sự thay đổi do sự thăng thiên mang lại. Danh Chúa Giêsu
chắc chắn xác lập danh tính của Đấng trong ngai vàng với Thợ mộc Nazareth, nhưng nó lại đi xa hơn thế. Bây giờ nó đại diện cho sức mạnh và quyền thống trị mà Đức Chúa Trời ban cho Ngài, một quyền năng và một quyền thống trị trước đó mọi đầu gối trên trời và trái đất và bên dưới trái đất phải cúi đầu. Ngay cả Các nhà lãnh đạo Do Thái thừa nhận rằng có thể có điều này có ý nghĩa gì đó chỉ trong một cái tên, khi chúng hỏi các môn đệ về việc chữa lành người què: 'Bởi quyền năng nào, hoặc nhân danh nào, bạn đã làm điều này chưa?' (Công vụ 4.7).

Ngày nay cái tên này cho chúng ta biết rằng Thiên Chúa có đã giao mọi quyền phép cho Con Ngài, để chính trong danh mà có quyền năng. Nhưng xa hơn nữa, chúng tôi phải lưu ý trong Kinh thánh cách diễn đạt được lặp đi lặp lại trong cái tên' - nghĩa là, cách sử dụng của thực ra các sứ đồ đã đặt tên đó. Không chỉ có vậy mà Ngài có tên như vậy, nhưng chúng ta phải sử dụng nó. Trong ba những đoạn trong bài giảng cuối cùng của Ngài Chúa Giêsu lặp lại những từ 'hãy nhân danh tôi mà hỏi' (xem Giăng 14.13. 14; 15,16; 16,23-26). Ông đã đặt thẩm quyền đó vào tay của chúng ta để chúng ta sử dụng. Nó không những là của Ngài mà còn được ban cho loài người nữa' (Cv 4,12). Nếu chúng ta không biết phần của chúng tôi trong đó, chúng tôi chịu tổn thất lớn. Quyền năng của tên Ngài hoạt động trong ba hướng. Trong lời rao giảng của chúng tôi, nó có hiệu quả đối với sự cứu rỗi loài người (Công vụ 4. 10-12) thông qua sự tha thứ tội lỗi của họ, và qua sự thanh tẩy của họ, sự xưng công bình và thánh hóa cho Đức Chúa Trời (Lu-ca 24,47; Đạo luật 10. 43; 1 Cô-rinh-tô. 6. 11). Trong cuộc chiến của chúng ta nó rất hùng mạnh chống lại các quyền lực của Satan, để trói buộc và đưa chúng chịu phục tùng (Mác 16.17; Lu-ca 10. 17-19; Công vụ 16. 18). Và như chúng ta đã thấy, việc cầu xin của chúng ta có tác dụng đối với Thiên Chúa, vì hai lần chúng ta được bảo: 'Bất cứ điều gì các ngươi sẽ hỏi...', Và hai lần: 'nếu cứ hỏi gì cũng được...' (Ga 14,13, 14; 15,16; 16. 23). Đối mặt với những điều này những từ đầy thách thức, à hùng mạnh, chúng ta tôn kính nói: 'Lạy Chúa, lòng can đảm của Chúa là rất tuyệt vời!'

Vì vậy, Thiên Chúa phó thác chính mình cho Ngài đầy tớ thực sự là một điều to lớn. Bây giờ hãy cùng tôi xem ba sự kiện trong Công vụ có tác dụng để minh họa thêm điều này: 'Peter đã nói, Nhân danh của Chúa Giêsu Kitô người Nazareth, hãy bước đi' (Cv 3: 6). 'Paul quay lại và nói với linh hồn, tôi buộc tội ngươi tên của Chúa Giêsu Kitô để ra khỏi cô ấy. Và nó đã đến ngay giờ đó' (Cv 16,18). 'Chắc chắn những nhà trừ tà, đã yêu cầu họ nêu tên bị quỷ ám mang danh Chúa Giêsu, nói rằng, tôi nhân danh Chúa Giê-su mà Phao-lô rao giảng mà nài xin bạn .... Và ác linh trả lời và nói với họ rằng: Chúa Giêsu tôi biết, và Phaolô tôi biết; nhưng bạn là ai? Trước hết hãy quan sát hành động của Phi-e-rơ khi xử lý với người đàn ông què ở cổng. Anh ta không hỏi ý kiến của Chúa trước tiên. quỳ xuống và cầu nguyện Ngay lập tức anh ấy nói: 'Đi bộ' Anh ấy sử dụng cái tên như thể nó là của anh ấy để sử dụng, không phải thứ gì đó xa xôi trên thiên đường.

Với Phao-lô ở Phi-líp cũng vậy. Anh ấy cảm nhận được trong mình tinh thần rằng hoạt động của Satan đã đi đủ xa. Chúng ta không được biết rằng sau đó anh ta dừng lại để cầu nguyện.
Không, bước đi thật sự của anh ấy trước mặt Chúa, và bởi vì điều này là để anh ta có thể, với tư cách là người giám sát tên, hành động gần như thể sức mạnh nằm trong chính anh ta. Anh ta ra lệnh, và tà linh chạy trốn 'ngay giờ đó'. Cái này là cái gì? Đó là một ví dụ về những gì tôi sẽ gọi sự 'cam kết' của Thiên Chúa đối với con người. Chúa đã Ngài đã phó thác chính Ngài cho các tôi tớ của Ngài để hành động thông qua họ, khi họ hành động 'nhân danh'. Và họ, họ làm gì? Rõ ràng là họ không làm gì cả chúng tôi. Họ sử dụng tên. Tương tự rõ ràng là không tên khác, dù là của riêng họ hay của người khác tông đồ, sẽ có tác dụng tương tự. Tất cả những gì cần địa điểm là kết quả của sự tác động của tên gọi Lạy Chúa Giêsu về tình hình, và họ được phép sử dụng tên đó.

Đức Chúa Trời nhìn Con Ngài trong vinh quang, không nhìn chúng ta ở đây trên trái đất. Đó là bởi vì anh ấy thấy chúng tôi ngồi với Ngài ở đó mà danh Ngài và thẩm quyền của Ngài có thể được được giao phó cho chúng tôi ở đây. Một minh họa đơn giản sẽ giúp làm rõ điều này. Cách đây một thời gian, đồng nghiệp của tôi gửi cho tôi một khoản tiền. Tôi đã đọc thư của anh ấy, đã chuẩn bị những gì anh ta yêu cầu và đưa số tiền cho Người báo tin. Tôi có đúng không? Vâng chắc chắn. Lá thư có chữ ký của bạn tôi, và với tôi thế là
đủ. Thay vào đó tôi có nên hỏi nhắn tin tên, tuổi, công việc và
quê hương của anh ấy, và sau đó có lẽ bị đuổi đi vì tôi phản đối những gì anh ấy đã được? Không, không hề; vì anh ấy đã đến dưới danh nghĩa bạn tôi và tôi rất vinh dự vì điều đó

tên.

SỰ TỰ CAM KẾT CỦA THIÊN CHÚA

Đó là một điều vĩ đại mà Thiên Chúa đã làm như vậy phó thác chính mình cho Giáo Hội của Ngài. Khi làm như vậy anh ấy đã giao phó cho các tôi tớ của Ngài điều tốt nhất có thể được quyền lực; của Đấng có quyền thống trị 'ở trên' mọi cái tên được đặt tên, không chỉ trên thế giới này, mà còn trong cái sắp đến' (1. 21). Chúa Giêsu nay đã được tôn vinh trên thiên đàng, và tất cả công việc cứu rỗi loài người của Ngài, nói vào trái tim họ, và thực hiện cho họ những phép lạ của Ngài ân sủng, được thực hiện thông qua các tôi tớ của Ngài
khi họ hành động nhân danh Ngài. Vì thế công việc của Giáo Hội là của Ngài công việc. Danh Giê-su thực sự là danh vĩ đại nhất của Đức Chúa Trời di sản cho cô ấy, nơi mà sự tự cam kết của Chúa thực sự có tác dụng, chính Ngài chịu trách nhiệm vì những gì được thực hiện dưới cái tên đó. Và Thiên Chúa mong muốn
cam kết như vậy, vì Ngài đã không cho phép mình phương tiện khác để hoàn thành nhiệm vụ của Ngài. Không có công việc nào xứng đáng được gọi là công việc của Chúa nếu Theo nghĩa này, Thiên Chúa không cam kết chính mình với điều đó. Nó sự cho phép sử dụng danh Ngài mới có giá trị. Chúng tôi phải có khả năng đứng lên và nói nhân danh Ngài.. Nếu không, công việc của chúng tôi thiếu tác động tinh thần. Nhưng hãy để tôi kể bạn, đây không phải là thứ có thể 'làm được' một thời kỳ khủng hoảng. Đó là kết quả của sự vâng phục Thiên Chúa và của
một địa vị thuộc linh được biết đến và được duy trì. Đó là thứ chúng ta phải có sẵn
nếu muốn có được nó khi cần thiết.

'Chúa Giêsu tôi biết, và Phaolô tôi biết.' Ngợi khen Chúa vì thư hai! Các thế lực tà ác nhận ra Con; các Tin Mừng cho chúng ta rất nhiều bằng chứng về điều này. Nhưng ở đó

cũng là những người hiệp nhất với Chúa Con, và họ cũng được tính vào Hades. Câu hỏi là, Chúa có thể cam kết chính mình như vậy với bạn?

Hãy để tôi minh họa lại. Nếu có điều gì đó xảy ra được thực hiện dưới tên của tôi, điều đó có nghĩa là, tùy thuộc vào một số điều kiện nhất định điều kiện, tôi đưa tên của mình cho người khác sử dụng và rằng sau đó tôi sẵn sàng chịu trách nhiệm về anh ấy làm gì với nó. Ví dụ, nó có thể có nghĩa là tôi đưa cho anh ấy sổ séc và chữ ký của tôi. Tất nhiên, nếu tôi nghèo, không có địa vị cá nhân và không có tài khoản ngân hàng, tên của tôi chỉ tạm thời. tôi ổn Nhớ hồi còn là sinh viên, tôi từng thích dán tên khắp nơi, trên sách vở, giấy tờ, và bất cứ thứ gì có trong tay. Nhưng khi tôi lần đầu tiên có sổ séc và tài khoản ngân hàng- mười bốn đô la ở Bưu điện- Tôi đã rất cẩn thận trong việc sử dụng con dấu cá nhân của mình, vì sợ ai đó nếu không thì nên làm giả nó và sử dụng nó.* tên tôi có trở nên quan trọng với tôi.

Chúa chúng ta quyền năng và giàu có biết bao Chúa ơi! Danh Ngài quý giá biết bao đối với Ngài! Vì vậy , nếu Ngài phải chịu trách nhiệm về mọi việc hậu quả là điều đó xảy ra, Ngài phải cẩn thận biết bao xem tên đó được sử dụng như thế nào! Tôi hỏi bạn lần nữa: Có thể Thiên Chúa cam kết chính mình -His 'số dư ngân hàng', 'sổ séc' của anh ấy, 'chữ ký' của anh ấy-- với bạn? Câu hỏi đó phải được giải quyết trước tiên. Vậy chỉ bạn có thể sử dụng tên của Ngài một cách tự do không? Vậy thì chỉ có 'những thứ gì bất cứ điều gì các ngươi ràng buộc trên trái đất sẽ bị ràng buộc trong thiên đường'. Sau đó, vì thực tế của Ngài cam kết với bạn, bạn có thể di chuyển như một sự thật đại diện của Ngài trên thế giới này. Đó chính là trái cây hiệp nhất với Ngài.

Chúng ta có ở trong sự hiệp nhất với Chúa đến nỗi Ngài do đó sẽ cam kết chính Ngài với những gì chúng ta đang làm? Nó dường như chúng ta thường gặp rủi ro lớn trong bước vào một tình huống với những lời hứa của Chúa để hướng lên? ủng hộ lập trường của chúng tôi. Vấn đề là liệu Chúa có phù hộ cho chúng ta không"Phong tục của người Trung Quốc là mọi người đều có tu-chong của riêng mình, một chiếc tu-chong của riêng mình. đóng dấu hoặc chết có khắc tên mình trên gỗ, đá hoặc ngà voi thiết kế riêng. Ấn tượng thường được tạo ra bằng màu đỏ đục; tôi. Đây là cảm thấy khó bị giả mạo hơn chữ ký viết tay và con dấu được giữ dưới khóa và chìa khóa và được sử dụng để ký séc và các tài liệu cá nhân khác.--ED. Hãy để tôi phác thảo ngắn gọn bốn tính năng thiết yếu của một công việc mà Đức Chúa Trời có thể hoàn toàn cam kết thực hiện.

Nhu cầu quan trọng đầu tiên là sự mặc khải thực sự cho chúng ta tấm lòng về mục đích đời đời của Đức Chúa Trời. Chúng tôi không thể làm không có cái này. Nếu tôi đang làm việc trên một tòa nhà, ngay cả khi một người lao động không có kỹ năng, tôi phải biết liệu mục tiêu là một nhà để xe hoặc một nhà chứa máy bay hoặc một địa điểm. Tôi phải xem kế hoạch nếu không tôi không thể trở thành người lao động thông minh. Ngày nay việc truyền giáo được coi là bởi hầu hết các Kitô hữu là công việc của Thiên Chúa. Nhưng việc truyền giáo không bao giờ có thể là một việc không liên quan. Nó phải được tích hợp với toàn bộ kế hoạch của Thiên Chúa, vì đó là trên thực tế nhưng là một phương tiện để đạt được mục đích. Mục đích đó là sự ưu việt của Con Đức Chúa Trời, và việc truyền giáo đang mang đến những người con mà Ngài sẽ đứng giữa. ưu việt.

Trong thế hệ của Phao-lô, mỗi tín hữu đều có một mối quan hệ cụ thể với mục đích vĩnh cửu của Đức Chúa Trời (đặc biệt xem chương 4. 11-16). Điều đó sẽ không kém đúng với chúng ta ngày nay. Đôi mắt của Chúa đang quay

lại hướng về vương quốc sắp đến của Ngài. Những gì chúng ta biết như Cơ đốc giáo có tổ chức sẽ sớm phải thực hiện con đường cho cái gì khác-sự cai trị có chủ quyền của Đấng Christ. Nhưng cũng như vương quốc của Sa-lô-môn, vậy bây giờ, trước hết là một thời kỳ chiến tranh thuộc linh đại diện bởi triều đại của David. Chúa đang tìm kiếm những người sẽ hợp tác với Ngài ngày hôm nay trong việc đó chiến tranh chuẩn bị.
Đó là vấn đề xác định mục đích với mục đích vĩnh cửu của Thiên Chúa. Tất cả
các công việc Kitô giáo không được xác định là rời rạc và không liên quan, và cuối cùng nó không
đi đến đâu cả. Chúng ta phải tìm kiếm từ Đức Chúa Trời là sự mặc khải cho tấm lòng chúng ta bởi Đức Thánh Linh của Ngài 'lời khuyên theo ý muốn của Ngài' (xem 1. 9-12 và sau đó hỏi bản thân chúng ta về công việc mà chúng ta đang làm quay lại sau khi đọc cái này: ' Nó có liên quan trực tiếp không đến đó à?' Khi điều đó được giải quyết, tất cả những câu hỏi nhỏ hướng dẫn hàng ngày sẽ tự giải quyết.

Thứ hai, mọi công việc sẽ có hiệu quả trong mục đích thiêng liêng phải được Thiên Chúa hình thành. Nếu như chúng ta lên kế hoạch làm việc và sau đó cầu xin Chúa ban phước cho nó, chúng ta cần đừng mong đợi Đức Chúa Trời cam kết chính Ngài với điều đó. Tên của Chúa không bao giờ có thể là 'con dấu cao su' để cho phép làm việc đó là của chúng ta trong quan niệm. Đúng là có thể có phước lành cho công việc đó, nhưng nó sẽ chỉ là một phần chứ không phải đầy đủ. Không thể có 'nhân danh Ngài' ở đó; chỉ một, than ôi, tên của chúng tôi!

'Con không thể tự mình làm gì cả.' Làm sao thường trong sách Công vụ chúng ta thấy
những điều cấm đoán của Đức Thánh Linh! Chúng ta đọc ở chương 16 cách Phao-lô và những người đi cùng ông bị

‘cấm Đức Thánh Linh phán lời ở Á Châu. Và một lần nữa:

“Thần Khí của Chúa Giêsu đã không chịu đựng họ.” Còn cuốn sách này là cuốn sách về các hành động của Chúa Thánh Thần, không phải của Ngài 'không hoạt động'. Chúng ta thường xuyên nghĩ rằng việc làm thực tế mới là điều quan trọng. Chúng ta phải học bài học về việc không làm-giữ im lặng cho Ngài. Chúng ta phải hãy học biết rằng nếu Chúa không chuyển động thì chúng ta không dám chuyển động.

Khi chúng ta đã học được điều này thì chính là Ngài có thể hãy gửi chúng tôi đi nói chuyện thay Ngài một cách an toàn.
Vì vậy, tôi phải có kiến thức về Chúa sẽ trong lĩnh vực công việc cụ thể của tôi. Công việc chỉ nên được bắt đầu từ kiến thức đó .
Các nguyên tắc tuân thủ của mọi công việc Cơ Đốc chân chính là: 'Trong Chúa ban đầu...'

Thứ ba, mọi công việc có hiệu quả đều phải phụ thuộc vào của riêng Chúa. vì sự tiếp tục của nó dựa trên sức mạnh Quyền lực là gì? Chúng ta thường sử dụng từ này một cách lỏng lẻo. Chúng tôi nói về một người đàn ông, 'Anh ấy là một diễn giả rất mạnh mẽ', nhưng chúng tôi phải tự hỏi mình câu hỏi: Quyền lực là gì anh ấy sử dụng? Đó là sức mạnh tâm linh hay là tự nhiên quyền lực? Ngày nay có quá nhiều không gian dành cho sức mạnh của thiên nhiên trong việc phục vụ Thiên Chúa. Chúng ta có phải học được điều đó, ngay cả khi Chúa đã khởi xướng một công việc, nếu chúng ta cố gắng hoàn thành nó bằng chính sức mình quyền năng Đức Chúa Trời sẽ không bao giờ giao phó chính Ngài cho nó.

Bạn hỏi tôi muốn nói gì khi nói sức mạnh tự nhiên. Đặt rất đơn giản, đó là điều chúng ta có thể làm mà không cần sự trợ giúp của Chúa. Chúng tôi giao cho một người nhiệm vụ tổ chức điều gì đó về việc lên kế hoạch cho một chiến dịch Phúc âm hoặc một số hoạt động Kitô giáo khác - bởi vì anh ấy đương nhiên là một nhà tổ chức giỏi. Nhưng nếu vậy thì làm sao liệu anh ấy có cầu nguyện khó khăn không? Nếu anh ta quen dựa vào năng khiếu bẩm sinh của mình, anh ta có thể cảm thấy không cần phải kêu cầu Đức Chúa Trời Vấn đề với tất cả chúng ta là có quá nhiều những điều chúng ta có thể làm mà không cần trông cậy vào Chúa. Chúng tôi tất nhiên phải được đưa đến nơi dù chúng ta có tài năng nhưng chúng ta không dám hành động, chúng ta dám không nói, ngoại trừ trong ý thức và liên tục lệ thuộc vào Ngài.

Ê-tiên mô tả Môi-se theo tên người Ai Cập của ông giáo dục, như một người đàn ông 'mạnh mẽ trong lời nói và việc làm'. Tuy nhiên, Arter Thiên Chúa đã xử lý ông, Moses đã phải nói: 'Ôi lạy Chúa, con không có tài hùng biện, trước đây cũng như kể từ khi bạn nói chuyện với bạn tôi tớ: vì tôi là người chậm nói và chậm chạp. lưỡi.' Khi một nhà hùng biện bẩm sinh đến nơi nói 'Tôi không thể nói', thì anh ấy đã học được một bài học cơ bản và đang trên đường đi đến thực tế ích cho Chúa. Khám phá đó liên quan đến một cuộc khủng hoảng và sau đó là một quá trình suốt đời, cả hai đều ngụ ý.

Chắc chắn, trong cách diễn đạt của Luca ‘được rửa tội trong tên' (Act 8. 16; 19. 5). Biểu hiện đó chỉ ra mọi tín đồ mới về sự cần thiết của một kiến thức cơ bản về cái chết và sự phục sinh của Chúa Kitô trong mối liên hệ với toàn bộ người đàn ông tự nhiên . Bằng cách nào đó, trong lịch sử của chúng ta với Chúa, chúng ta phải trải nghiệm cảm giác tê liệt ban đầu của Bàn tay Ngài làm suy yếu sức mạnh tự nhiên của chúng ta, chúng ta đứng trên nền tảng của sự sống phục sinh trong Chỉ có Chúa Kitô, nơi mà cái chết không còn quyền đòi hỏi gì nữa.

Vì vậy, sau đó vòng tròn tiếp tục mở rộng, khi các khu vực mới năng lượng của chính chúng ta được đưa vào dưới sự kiểm soát hoạt động của Thập Giá. Con đường này tuy tốn kém nhưng Con đường chắc chắn của Chúa dẫn đến kết quả của đời sống và chức vụ, Vì nó cung cấp cho Ngài nền tảng mà Ngài yêu cầu
để Ngài có thể ủng hộ những gì chúng ta làm trong danh Con Ngài
Trong công việc của Đức Chúa Trời ngày nay mọi việc thường như vậy cấu thành rằng chúng ta không cần phải trông cậy vào Chúa.

Nhưng phán quyết của Chúa đối với tất cả những công việc như vậy là không khoan nhượng: 'Ngoài tôi, các người không thể làm
gì được. Công việc mà con người có thể làm ngoài Chúa là gỗ, cỏ khô, rơm rạ và thử lửa sẽ chứng minh điều đó Vì thế. Vì công việc thiêng liêng chỉ có thể được thực hiện bằng sự thiêng liêng quyền năng, và quyền năng đó được tìm thấy trong Chúa Chúa Giêsu một mình. Nó được sẵn sàng cho chúng ta trong Ngài trên phía phục sinh của Thập giá. Nghĩa là, nó là khi chúng ta đạt đến điểm mà
chúng ta thành thật kêu lên: 'Tôi không thể nói được', tức là chúng ta khám phá ra rằng Thiên Chúa là nói. Khi chúng ta kết thúc công việc của mình, Ngài bắt đầu công việc. Vì vậy, ngọn lửa trong những ngày tới và Thập giá ngày nay cũng có tác dụng tương tự. Cái gì không thể Đứng Thập Giá hôm nay sẽ không thể sống sót sau trận hỏa hoạn sau này. Nếu như công việc của tôi, được thực hiện trong khả năng của tôi, được đưa đến cái chết, bao nhiêu ra khỏi nấm mồ? Không có gì!
Không gì có thể sống sót qua Thập giá ngoại trừ những gì hoàn toàn của Thiên Chúa trong Chúa Kitô.

Chúa không bao giờ yêu cầu chúng ta làm bất cứ điều gì chúng ta có thể làm. Anh ta yêu cầu chúng ta sống một cuộc sống mà chúng ta không bao giờ có thể sống và làm một công việc mà chúng ta không bao giờ có thể làm được. Tuy nhiên, nhờ ân điển của Ngài, chúng ta đang sống và làm nó. Cuộc sống chúng ta đang sống là cuộc sống của Đấng Christ sống trong quyền năng của Đức Chúa Trời, và công việc chúng ta làm
là công việc của Đấng Christ được thực hiện qua chúng ta bởi Ngài. Thần mà chúng ta tuân theo. Bản thân là vật cản duy nhất đối với cuộc sống đó và công việc đó. Xin cho mỗi người chúng ta cầu nguyện từ lòng chúng ta: 'Lạy Chúa, xin xử lý con!'

Cuối cùng, mục đích và đối tượng của mọi công việc hướng tới Đức Chúa Trời có thể phó thác chính Ngài phải là sự vinh hiển của Ngài. Cái này có nghĩa là chúng ta không thu được gì từ việc đó cho chính mình. Nó là một nguyên tắc thiêng liêng là chúng ta càng ít quan tâm đến cá nhân sự hài lòng từ một công việc như vậy thì sự thật của nó càng lớn có giá trị đối với Chúa. Không có chỗ cho vinh quang cho con người trong công việc của Chúa. Đúng là có một niềm vui sâu sắc, quý giá trong
bất kỳ sự phục vụ nào mang lại cho Ngài niềm vui và điều đó mở ra cánh cửa dẫn đến công việc của Ngài, nhưng nền tảng của niềm vui đó là Vinh quang của anh ấy chứ không phải của con người. Mọi thứ đều đáng khen ngợi về vinh quang của ân sủng Ngài' (1.6, 12, 14).

Đó là khi những câu hỏi này thực sự được giải quyết giữa chúng ta và Chúa mà Chúa sẽ
tự mình cam kết - và thực sự tôi tin rằng Ngài sẽ cho phép chúng ta nói vậy thì Ngài phải làm như vậy. Kinh nghiệm ở Trung Quốc đã dạy chúng ta điều này, rằng nếu có cơ sở để nghi ngờ cho dù công việc của chúng ta là của Chúa thì chắc chắn chúng ta nhận thấy Chúa miễn cưỡng đáp lại lời

cầu nguyện liên quan đến Nó. Nhưng khi nó hoàn toàn thuộc về Ngài, Ngài sẽ cam kết Chính mình theo những cách tuyệt vời. Thế thì nó là thế đó, hoàn toàn vâng lời Ngài, bạn có thể sử dụng tên của Ngài và tất cả Địa ngục sẽ phải công nhận thẩm quyền của bạn để làm như vậy. Khi Đức Chúa Trời cam kết chính Ngài với một điều gì đó thì Ngài bước ra sức mạnh để chứng minh rằng Ngài ở trong đó và chính Ngài là của nó Tác giả

THIÊN CHÚA CỦA ELIJAH – Câu chuyện có thật

Hãy để tôi kể cho bạn nghe về trải nghiệm của tôi sở hữu. Một vài năm sau khi bắt đầu công việc, chúng tôi bước vào một thời kỳ thử nghiệm nghiêm trọng. Họ đã những ngày thất vọng và gần như tuyệt vọng. Chúng ta đã có phải hứng chịu rất nhiều lời chỉ trích và làm mất uy tín của tính đến lập trường mà chúng tôi đang thực hiện, dẫn đến sự lạnh lùng và xa lạ, thậm chí từ phía Chúa là có thật mọi người. Chúng tôi đã thành thật đối mặt và đã xem xét các cáo buộc chống lại chúng tôi, vì đó là điều cần thiết là luôn luôn xem xét những lời chỉ trích một cách nghiêm túc và hãy xem xét nó, và đừng bỏ qua nó với câu 'Ồ! anh ấy chỉ đang chỉ trích tôi thôi! Tuy nhiên, chúng tôi có lý do để tin rằng Chúa đã ở cùng chúng ta trong một năm đặc biệt khó khăn đã đến gần, chúng tôi có thể tính toán rằng trong vòng thời kỳ đó Ngài đã cho chúng tôi hàng trăm chuyển đổi. Sau đó, vào cuối năm, có vẻ như đã đạt tới đỉnh điểm.

Hàng năm trong vài năm nó đã là của chúng tôi phong tục vào ngày nghỉ lễ năm mới là tổ chức một hội nghị trong thành phố cho các tín đồ thuộc các tôn giáo khác nhau. kết nối khắp tỉnh thành.

Năm nay , những nhà tài trợ của hội nghị đã yêu cầu tôi không tham gia. tham gia. Yêu cầu đến như một cú sốc đối với chúng tôi. Đó là, tôi bây giờ tôi nhận ra rằng Ma Quỷ đang cố gắng lôi kéo tôi và các anh em tôi ra khỏi nơi an nghỉ trong Đấng Christ. Các câu hỏi là, chúng ta sẽ phản ứng thế nào?
Kỳ nghỉ Tết là một kỳ nghỉ dài, kéo dài trọn vẹn mười lăm ngày, và bên cạnh đó là khoảng thời gian thích hợp cho một hội nghị, đó cũng là thời gian tốt nhất cho Tin Mừng rao giảng. Sau khi tìm kiếm ý muốn của Chúa, chúng tôi đã trở

thành rõ ràng là Ngài muốn chúng ta sử dụng nó cho mục đích sau vì mục đích đó nên tôi dự định mang theo năm anh em đi cùng. chuyến viếng thăm thuyết giảng mười lăm ngày tới một hòn đảo ngoài khơi Bờ biển Nam Trung Quốc.

Vào giây phút cuối cùng , một người khác em trai mà tôi sẽ gọi là 'anh Wu' đã tham gia Bữa tiệc. Anh ta chỉ mới mười sáu tuổi và đã có bị đuổi học, nhưng cậu vừa mới được tái sinh và có một sự thay đổi rõ rệt trong cuộc đời cậu. Hơn nữa, cậu rất háo hức được đến nên sau một thời gian do dự tôi đã đồng ý lấy anh ta. Điều này khiến chúng tôi có bảy người trong tất cả. Hòn đảo này khá lớn với khu vực chính rộng lớn. ngôi làng 'sáu nghìn bếp lò' Một người bạn học cũ của tôi đã ở đó với tư cách là hiệu trưởng của làng trường học, và tôi đã viết thư trước cho anh ấy để hỏi cho một căn phòng mà chúng tôi có thể ở trong thời gian lưu trú Từ ngày 1 đến ngày 15 tháng 1. Tuy nhiên, khi chúng tôi đến nơi, đã muộn và trong bóng tối, và khi anh ấy phát hiện ra chúng tôi đã đến rao giảng Tin Mừng, ông ấy đã từ chối chúng tôi chỗ ở. Thế nên chúng tôi đã tìm khắp làng tìm nơi nào đó để ở, cho đến khi cuối cùng một người Trung Quốc nhà thảo dược đã thương hại chúng tôi và đưa chúng tôi vào, khiến chúng tôi khá thoải mái trên những tấm ván và rơm trên gác mái của mình. Không lâu trước khi nhà thảo dược học trở thành của chúng tôi chuyển đổi đầu tiên. Nhưng mặc dù chúng tôi đã làm việc chăm chỉ và có hệ thống, và mặc dù chúng tôi đã tìm thấy những người dân của ngôi làng lịch sự nhất, chúng tôi có rất ít trái cây từ hòn đảo, chúng tôi bắt đầu tự hỏi tại sao lại như vậy.

Vào ngày 9 tháng 1, chúng tôi đi rao giảng ở bên ngoài. Anh Wu cùng một số người khác đã tham gia một phần của làng và bất ngờ hỏi công khai: 'Tại sao lại không ai trong số các bạn tin à?' Một người nào đó trong đám đông trả lời ngay lập tức: 'Chúng ta có một vị thần-Ta wang,* ***(* Phát***

âm với a dài như trong 'car' và với ng cuối cùng rất vang lên nhẹ nhàng. Tên có nghĩa là 'Vị vua vĩ đại'.-ED.) và anh ấy chưa bao giờ làm chúng tôi thất vọng. Ông ấy là một vị thần hiệu quả." Làm thế nào để bạn có biết rằng bạn tin tưởng anh ấy không?' Ngô hỏi. 'Chúng ta có tổ chức lễ rước của mình vào tháng 1 hàng năm cho 286 năm. Ngày được chọn được tiết lộ bằng bói toán trước đó, và mỗi năm chắc chắn Ngày của anh ấy là một một nơi hoàn hảo không có mưa hay mây," là câu trả lời.

'Khi nào đám rước năm nay?' 'Nó đã được cố định cho Tám giờ sáng ngày 11 tháng Giêng." Sau đó' nói anh Wu nóng nảy, 'Tôi hứa với bạn rằng nó sẽ chắc chắn sẽ mưa vào ngày 11." Ngay lập tức có một đám đông bùng nổ tiếng kêu: "Đủ rồi! Chúng tôi không muốn nghe giảng nữa. Nếu đó là mưa vào ngày 11 thì Chúa của bạn vẫn là Chúa!'

Tôi đang ở nơi khác trong làng khi chuyện này xảy ra xảy ra. Ngay khi tôi nghe về nó, tôi đã thấy rằng đó là nghiêm trọng nhất. Tin tức đã lan truyền như cháy rừng, và chẳng bao lâu nữa hơn hai mươi nghìn người sẽ Biết về nó. Chúng tôi phải làm gì? Chúng tôi đã dừng lại rao giảng ngay lập tức và chuyên tâm cầu nguyện. Chúng tôi xin Chúa tha thứ cho chúng tôi nếu chúng tôi đã vượt quá giới hạn chính chúng ta. Tôi nói cho bạn biết, chúng tôi đã rất nghiêm túc. Cái gì chúng ta đã làm xong chưa? Phải chăng chúng ta đã phạm một sai lầm khủng khiếp, hay chúng ta dám cầu xin Chúa một phép lạ?

Bạn càng muốn nhận được câu trả lời cho lời cầu nguyện từ Lạy Chúa, con càng mong muốn được rõ ràng với Ngài. Ở đó chắc chắn không có nghi ngờ gì về tình bạn không có bóng giữa. Nếu đức tin của bạn là ngẫu nhiên thì bạn có thể đủ khả năng để tranh luận với Ngài, nhưng không nếu không thì. Chúng tôi không ngại bị ném ra ngoài nếu chúng tôi đã làm sai điều gì đó. Rốt cuộc, bạn không thể kéo Đức

Chúa Trời thành một điều trái với ý muốn của Ngài! Nhưng chúng tôi đã phản ánh, điều này có nghĩa là sự kết thúc của lời chứng Phúc Âm trên
đảo, và Ta-wang sẽ thống trị tối cao vì bao giờ. Chúng ta nên làm gì? Chúng ta có nên rời đi bây giờ không?

Cho đến thời điểm này chúng tôi đã sợ phải cầu mưa. Sau đó, như một tia chớp, có một từ đến với tôi: 'Ở đâu? là Đức Chúa Trời của Ê-li phải không?' Nó đến với sự rõ ràng và sức mạnh mà tôi biết đó là từ Chúa. Tự tin tôi thông báo cho anh em: 'Tôi đã có câu trả lời. Các Chúa sẽ cho mưa vào ngày 11." Cùng nhau chúng ta cảm ơn Ngài, và sau đó, đầy lời khen ngợi, chúng tôi đi ra ngoài bảy người chúng tôi-và nói với mọi người. Chúng tôi có thể chấp nhận thách thức của ma quỷ nhân danh Chúa, và chúng tôi
sẽ thể hiện sự chấp nhận của mình. Tối hôm đó nhà thảo dược học đã đưa ra hai nhận xét rất rõ ràng. Không còn nghi ngờ gì nữa, ông nói, Ta-wang là một vị thần quyền năng. Ma quỷ đã ở cùng với điều đó hình ảnh. Niềm tin của họ vào anh không phải là không có căn cứ.
Ngoài ra, nếu bạn thích một cách duy lý Giải thích, đây là cả một làng chài.
Trong hai hoặc ba tháng cuối cùng, những người đàn ông đã ở biển, và vào ngày 15 họ sẽ lại ra khơi. Họ, của mọi người, nên biết bằng kinh nghiệm lâu năm khi trời sẽ không mưa trong hai hoặc ba ngày tới.

Điều này làm phiền chúng tôi. Khi chúng tôi đi đến buổi tối của mình cầu nguyện, tất cả chúng tôi lại bắt đầu cầu nguyện cho mưa- ngay
bây giờ! Sau đó, có một cái đuôi tàu đến với chúng tôi hãy quở trách Chúa: 'Đức Chúa Trời của Ê-li ở đâu?' Nơi chúng ta sẽ chiến đấu để vượt qua điều này trận chiến, hay chúng ta sẽ nghỉ ngơi sau khi kết thúc chiến thắng của Chúa Kitô? Ê-li-sê đã làm gì khi
nói những điều đó? Ông đã khẳng định bằng kinh nghiệm

cá nhân của mình về chính phép lạ mà Chúa ông là Ê-li, bây giờ trong vinh quang, đã được chính mình biểu diễn.

Trong mới theo các điều khoản trong di chúc, ông đã giữ lập trường của mình bằng niềm tin vào nền tảng của một tác phẩm đã hoàn thành.
Chúng tôi đã thú nhận tội lỗi của mình một lần nữa. 'Lạy Chúa', chúng tôi nói, chúng ta không cần mưa cho đến sáng ngày 11." Chúng tôi
đi ngủ và sáng hôm sau (ngày 10) chúng tôi lên đường sang hòn đảo lân cận để rao giảng một ngày. Các Chúa rất nhân từ, và ngày đó ba gia đình quay về với Ngài, công khai xưng nhận Ngài và đốt các thần tượng của họ. Chúng tôi trở về muộn, mệt mỏi nhưng vui mừng. Chúng ta có thể đủ khả năng để ngủ muộn vào ngày mai.
Tôi bị đánh thức bởi những tia nắng trực tiếp qua cánh cửa sổ duy nhất trên căn gác mái của chúng tôi. "Đây không phải cơn mưa!' Tôi đã nói. Đã quá bảy giờ rồi. tôi đã nhận lên, quỳ xuống và cầu nguyện. 'Chúa ơi,' tôi nói, làm ơn gửi mưa đi!' Nhưng một lần nữa, tai tôi
lại vang lên câu nói: Chúa của Ê-li ở đâu?'Tôi khiêm nhường bước xuống cầu thang trước mặt Chúa trong phòng. im lặng. Chúng tôi ngồi ăn sáng - tám người chúng tôi
cùng nhau, kể cả chủ nhà - tất cả đều rất im lặng. Ở đó bầu trời không có mây, nhưng chúng tôi biết Chúa tận tụy. Khi chúng ta cúi đầu tạ ơn trước tôi nói, 'Tôi nghĩ đã hết giờ rồi. Mưa phải đến Hiện nay. Chúng ta có thể mang nó đến để Chúa tưởng nhớ.'

Chúng tôi đã làm như vậy một cách lặng lẽ và lần này câu trả lời đã đến không có gợi ý gì về sự quở trách trong đó. 'Chúa của Ê-li ở đâu?' Ngay cả trước khi chúng tôi Amen chúng tôi nghe thấy một vài giọt trên gạch. Có một cơn mưa rào đều đặn khi chúng tôi ăn cơm và được phục vụ với chiếc bát thứ hai. 'Chúng ta hãy tạ ơn lần nữa,' tôi đã nói,

và bây giờ chúng tôi cầu xin Chúa cho mưa to hơn. BẰNG chúng tôi bắt đầu ăn bát cơm thứ hai khi trời mưa đang rơi xuống đầy xô. Khi chúng tôi làm
xong, con phố bên ngoài đã chìm sâu trong nước. nước và ba bậc trước cửa nhà đã được bao phủ.
Chẳng mấy chốc chúng tôi đã nghe được chuyện đã xảy ra trong làng. Ngay từ giọt mưa đầu tiên, một số thế hệ trẻ đã bắt đầu công khai nói:
có Thiên Chúa; không còn T-wang nữa! Anh ấy được giữ trong bởi cơn mưa.' Nhưng anh ấy đã không làm vậy. Họ khiêng anh ta đi một chuỗi sedan. Chắc chắn anh ấy sẽ ngừng tắm!
Rồi cơn mưa như trút nước. Chỉ sau khoảng mười hoặc mười hai thước, ba người cu li vấp ngã.
Chiếc ghế ngã xuống và Ta-wang cùng với nó bị gãy xương hàm và cánh tay trái. Vẫn quyết tâm
họ tiến hành sửa chữa khẩn cấp và đưa anh ta trở lại ghế. Bằng cách nào đó, bị trượt và
vấp ngã, họ đã kéo hoặc khiêng anh ta nửa đường. vòng quanh làng. Sau đó lũ lụt đã đánh bại họ.
Một số già làng, những ông già từ 60 đến 80 tuổi, đầu trần và không có ô vì niềm tin của họ vào thời tiết yêu cầu của ta-wang đã thất thủ và đang gặp
khó khăn nghiêm trọng. Cuộc diễu hành đã dừng lại và thần tượng được đưa vào một ngôi nhà. Bói toán là làm ra. 'Hôm nay là một ngày sai lầm', câu trả lời đến.
'Lễ hội sẽ diễn ra vào ngày 14 với lễ rước vào lúc sáu giờ tối."
Ngay lập tức chúng tôi nghe thấy điều này và có sự bảo đảm trong lòng chúng ta: 'Chúa sẽ cho mưa vào ngày 14.
' Chúng tôi đi cầu nguyện: 'Lạy Chúa, xin cho mưa xuống Ngày 14 lúc 6 giờ tối và cho chúng ta bốn ngày tốt lành cho đến khi sau đó.' Chiều hôm đó bầu trời trong xanh, và bây giờ chúng tôi
đã có buổi nghe Phúc Âm tốt đẹp. Chúa đã ban cho chúng tôi hơn ba mươi người cải đạo-những người thực sự - trong

làng và trên đảo trong ba ngày ngắn ngủi đó. Ngày 14 trôi qua, một ngày hoàn hảo khác và chúng ta đã có những ngày vui vẻ các cuộc họp. Khi buổi tối đến gần, chúng tôi gặp nhau, và một lần nữa, vào giờ đã hẹn, chúng tôi lặng lẽ mang sự việc đó xin Chúa nhớ đến. Không phải một Chậm một phút, câu trả lời của anh đến cùng với cơn mưa xối xả và lũ lụt như trước đây.

Ngày hôm sau chúng tôi đã hết thời gian và chúng tôi phải rời khỏi. Chúng tôi đã không trở lại. Những công nhân khác hỏi cho những hòn đảo đó và chúng tôi không bao giờ thắc mắc về bất cứ ai yêu cầu một lĩnh vực. Nhưng đối với chúng tôi điểm cốt yếu là rằng quyền lực của Satan trong thần tượng đó đã bị phá vỡ, và đó là điều vĩnh cửu. Tawang đã không còn nữa 'một vị thần hiệu quả'. Sự cứu rỗi các linh hồn sẽ tuân theo, nhưng bản thân nó chỉ là thứ yếu đối với điều quan trọng và quan trọng này sự thật không thay đổi.

Ấn tượng đối với tất cả chúng tôi là một ấn tượng lâu dài. Đức Chúa Trời đã phó thác chính Ngài. Chúng ta đã nếm trải
uy quyền của cái tên vượt lên trên mọi tên-cái tên có quyền lực trên trời và trái đất và địa ngục. Trong vài ngày đó chúng ta đã biết như chúng ta nói, nó là gì ở ngay trung tâm ý
muốn của Chúa'. Những lời nói đó đã không còn một cái gì đó mơ hồ hoặc có tầm nhìn đối với chúng tôi. Họ được mô tả và trải nghiệm mà chúng tôi đã trải qua bởi vì. Cùng nhau, chúng tôi đã có được một
cái nhìn thoáng qua về “bí ẩn trong ý chí của Ngài”. (1.9;3.10). Chúng tôi sẽ trôi qua nhẹ nhàng suốt những ngày của chúng ta. Nhiều năm sau tôi gặp 'anh Vũ'. Tôi đã mất liên lạc với anh ấy và trong thời gian đó anh ấy đã trở thành phi công của hãng Airways.
Khi tôi hỏi anh ấy liệu anh ấy có còn theo đuổi Lạy Chúa,

'Ông Nee!' Anh ấy nói, 'có phải ý bạn là nói điều đó sau tất cả những gì chúng ta đã trải qua, tôi có thể từ bỏ Anh ta?' Bạn có hiểu "đứng" nghĩa là gì không? chúng tôi làm không cố gắng giành lấy chỗ đứng; chúng ta chỉ đứng trên nền tảng mà Chúa Jesus đã giành được cho chúng ta, và kiên quyết không chịu rời xa nó.

Khi của chúng tôi đôi mắt thực sự được mở ra để nhìn thấy Chúa Kitô là của chúng ta Chúa chiến thắng, thì lời khen ngợi của chúng tôi tuôn chảy tự do và không có sự kiềm chế. Hát với giai điệu trong chúng ta cùng Chúa, chúng tôi tạ ơn về mọi sự trong Tên của anh ấy (5. 19-20). Khen ngợi đó là kết quả của nỗ lực có một nốt nhạc khó nhọc và không hòa hợp, nhưng lời khen ngợi tuôn trào một cách tự nhiên từ trái tim lúc nghỉ ngơi trong Ngài luôn có một giai điệu thuần khiết, ngọt ngào.

Đời sống Cơ-đốc bao gồm việc ngồi với Đấng Christ bước đi bên Ngài và đứng trong Ngài. Chúng ta
bắt đầu đời sống tinh thần của mình bằng cách nghỉ ngơi trong công việc của Chúa Giêsu. Phần còn lại đó là nguồn gốc của sức mạnh của chúng ta cho một bước đi kiên định và không chùn bước trên thế giới. Và khi kết thúc một cuộc chiến khốc liệt cùng với đội quân bóng tối, chúng ta được thấy đang đứng với Hin cuối cùng đã giành được quyền sở hữu chiến thắng cánh đồng.

'Đối với anh ấy... hãy là vinh quang... mãi mãi.'

Cơ hội tuyệt vời

Chúng tôi sẽ không kết thúc cuốn sách này mà không cung cấp một lối thoát cho những ai đang tìm kiếm mối quan hệ với Chúa để thực hiện điều đó.

CƠ HỘI TUYỆT VỜI

Chúng tôi sẽ không kết thúc tiêu đề này ở Không biên giới cho đến khi chúng tôi tạo cơ hội cho những người chưa gặp Chúa Giêsu để làm hòa ngay hôm nay

Lời cầu nguyện cứu rỗi

Lời cầu nguyện cứu rỗi - Cuộc trò chuyện thực sự đầu tiên của chúng ta với Chúa

"Lời cầu nguyện cứu rỗi" là lời cầu nguyện quan trọng nhất mà chúng ta từng cầu nguyện. Khi sẵn sàng trở thành Cơ đốc nhân, chúng ta sẵn sàng có cuộc trò chuyện thực sự đầu tiên với Chúa và đây là những thành phần của cuộc trò chuyện:

- Chúng tôi thừa nhận rằng Chúa Giêsu Kitô là Thiên Chúa; rằng Ngài đến thế gian như một con người để sống một cuộc sống vô tội mà chúng ta không thể sống được; rằng Ngài đã chết thay cho chúng ta, để chúng ta không phải trả hình phạt mà chúng ta đáng phải chịu.
- Chúng ta thú nhận tội lỗi trong quá khứ của mình - sống cho chính mình và không vâng lời Chúa.
- Chúng ta thừa nhận rằng chúng ta sẵn sàng tin cậy Chúa Giê-xu Christ là Cứu Chúa và là Chúa của chúng ta.
- Chúng ta xin Chúa Giêsu ngự vào lòng chúng ta, ngự ở đó và bắt đầu sống qua chúng ta.

Lời cầu nguyện cứu rỗi - Bắt đầu bằng đức tin nơi Chúa
Khi chúng ta cầu nguyện để được cứu, chúng ta đang cho Chúa biết rằng chúng ta tin Lời Ngài là chân thật. Bởi đức tin mà Ngài đã ban cho chúng ta, chúng ta chọn tin vào Ngài. Kinh Thánh dạy chúng ta rằng " *không có đức tin thì không thể nào đẹp lòng Ngài, vì ai đến gần Đức Chúa Trời phải tin rằng Ngài hiện hữu và là Đấng hay thưởng cho những ai hết lòng tìm kiếm Ngài* " (Hê-bơ-rơ 11:6).

Vì vậy, khi chúng ta cầu nguyện, xin Chúa ban món quà cứu rỗi, chúng ta đang vận dụng ý chí tự do của mình để thừa nhận rằng chúng ta tin vào Ngài. Sự thể hiện đức tin đó làm hài lòng Chúa, bởi vì chúng ta đã tự do lựa chọn để biết Ngài.

Lời cầu nguyện cứu rỗi - Xưng tội tội lỗi của chúng ta
Khi chúng ta cầu nguyện lời cầu nguyện cứu rỗi, chúng ta đang thừa nhận rằng chúng ta đã phạm tội. Như Kinh Thánh nói về mọi người, ngoại trừ Chúa Kitô: " *Vì mọi người đều đã phạm tội, thiếu mất sự vinh hiển của Thiên Chúa* " (Rô-ma 3:23).

Phạm tội chỉ là đi chệch mục tiêu, giống như một mũi tên không trúng đích. Vinh quang của Thiên Chúa mà chúng ta thiếu hụt chỉ được tìm thấy nơi Chúa Giêsu Kitô: " *Vì chính Thiên Chúa đã truyền cho ánh sáng chiếu ra khỏi bóng tối, là Đấng đã soi sáng lòng chúng tôi để ban ánh sáng cho chúng tôi hiểu biết về vinh quang của Thiên Chúa trong dung mạo của Chúa Giêsu Kitô* " (2 Cô-rinh-tô 4:6).

Do đó, lời cầu nguyện cứu rỗi nhìn nhận rằng Chúa Giêsu Kitô là con người duy nhất từng sống không phạm tội. " *Vì Ngài đã làm cho Đấng vốn chẳng hề có tội trở nên tội lỗi cho chúng ta, để trong Ngài chúng ta trở nên sự công bình của Đức Chúa Trời* " (2 Cô-rinh-tô 5:21).

Lời cầu nguyện cứu rỗi - Tuyên xưng đức tin nơi Đấng Christ là Cứu Chúa và là Chúa
Với Đấng Christ là tiêu chuẩn hoàn hảo của chúng ta, giờ đây chúng ta thừa nhận đức tin nơi Ngài là Đức Chúa Trời, đồng ý với Sứ đồ Giăng rằng: " *Ban đầu có Ngôi Lời (Đấng Christ), và Ngôi Lời ở cùng Đức Chúa Trời, và Ngôi Lời vốn là Đức Chúa Trời. Ban đầu, mọi vật đều được tạo nên bởi Ngài, và không có Ngài thì chẳng vật nào được tạo nên* " (Giăng 1:1-3).

Bởi vì Đức Chúa Trời chỉ có thể chấp nhận một sự hy sinh hoàn hảo, vô tội, và vì Ngài biết rằng chúng ta không thể thực hiện được điều đó nên Ngài đã sai Con Ngài chết thay cho chúng ta và trả cái giá vĩnh cửu. " *Vì Đức Chúa Trời yêu thương thế gian đến nỗi đã ban Con Một của Ngài, hầu cho hễ ai tin Con ấy không bị hư mất mà được sự sống đời đời* ." (Giăng 3:16).

Lời cầu nguyện cứu rỗi - Hãy nói điều đó và có ý nghĩa ngay bây giờ!

Bạn có đồng ý với tất cả những gì bạn đã đọc cho đến nay? Nếu bạn làm thế, đừng chờ đợi lâu hơn nữa để bắt đầu cuộc sống mới của bạn trong Chúa Giêsu Kitô. Hãy nhớ rằng, lời cầu nguyện này không phải là một công thức thần kỳ. Bạn chỉ đơn giản là bày tỏ tấm lòng của mình với Chúa. Hãy cầu nguyện điều này với chúng tôi:
"Cha ơi, con biết con đã vi phạm luật pháp của cha và tội lỗi của con đã chia rẽ con với cha. Con thật lòng xin lỗi và bây giờ con muốn từ bỏ kiếp sống tội lỗi trong quá khứ để hướng về cha. Xin hãy tha thứ cho con và giúp con tránh

tái phạm tội nữa." Tôi tin rằng con trai của bạn, Chúa Giêsu Kitô đã chết vì tội lỗi của tôi, đã sống lại từ cõi chết, đang sống và nghe lời cầu nguyện của tôi, tôi mời Chúa Giêsu trở thành Chúa của cuộc đời tôi, cai trị và ngự trị trong trái tim tôi kể từ ngày này trở đi. Xin hãy gửi Thánh Thần của bạn đến để giúp tôi vâng lời bạn và làm theo ý muốn của bạn cho đến hết cuộc đời, nhân danh Chúa Giêsu, Amen.

Lời cầu nguyện cứu rỗi - Tôi đã cầu nguyện; Giờ thì sao? Nếu bạn đã cầu nguyện lời cầu nguyện cứu rỗi này với niềm xác tín và tấm lòng thực sự thì bây giờ bạn là môn đồ của Chúa Giê-su. Đây là sự thật, dù bạn có cảm thấy khác biệt hay không. Các hệ thống tôn giáo có thể khiến bạn tin rằng bạn sẽ cảm nhận được điều gì đó - một ánh sáng ấm áp, một cảm giác râm ran hoặc một trải nghiệm thần bí nào đó. Sự thật là bạn có thể, hoặc có thể không. Nếu bạn đã cầu nguyện lời cầu nguyện cứu rỗi và thực sự muốn như vậy thì bây giờ bạn là môn đồ của Chúa Giê-su. Kinh Thánh cho chúng ta biết rằng sự cứu rỗi đời đời của bạn được đảm bảo! " *Vậy nếu miệng ngươi xưng Đức Chúa Giê-xu ra và lòng ngươi tin rằng Đức Chúa Trời đã khiến Ngài từ kẻ chết sống lại thì ngươi sẽ được cứu* " (Rô-ma 10:9).

Chào mừng đến với gia đình của Chúa! Bây giờ chúng tôi khuyến khích bạn tìm một hội thánh địa phương nơi bạn có thể chịu phép báp têm và tăng trưởng trong sự hiểu biết về Đức Chúa Trời qua Lời Ngài, Kinh Thánh.
Bạn cũng có thể truy cập trang web của chúng tôi tại www.otakada.org để giúp bạn phát triển và lớn lên trong Đấng Christ. Sử dụng liên kết này trong nghiên cứu kinh thánh khám phá để tự mình khám phá Chúa Giê-su https://www.otakada.org/dbs-dmm/

Hành trình làm môn đệ 40 ngày
Hoặc bạn có thể bắt đầu hành trình 40 ngày theo tốc độ trực tuyến của mình thông qua liên kết này
https://www.otakada.org/get-free-40-days-online-discipleship-course-in-a-journey-with-jesus/

Hoặc

Hãy tham gia ARK CỦA MÔN ĐỒ CÁ NHÂN VỚI CHÚA GIÊSU NGAY HÔM NAY:

KÊNH ĐIỆN THOẠI

https://t.me/holyghostschooldiscipleship

KÊNH WhatsApp

https://whatsapp.com/channel/0029VaV4S1nL7UVSD6UDVD36

Nếu bạn cần hướng dẫn, hãy gửi email đến info@otakada.org
Xin Chúa mở rộng cuộc sống của bạn và đổ đầy bạn niềm vui, sự bình an, tình yêu và sự hòa hợp mà chỉ có Ngài mới có thể ban, amen

Shalom!

Nhóm Otakada.org

www.ingramcontent.com/pod-product-compliance
Lightning Source LLC
LaVergne TN
LVHW010810051026
849532LV00007B/2503
* 9 7 9 8 3 4 9 6 7 3 2 2 1 *